AF664538

ഘടോൽക്കചൻ

khadolkachan
•
m s kumar
•
first published
june 2009
•
second edition
march 2013
•
published
chintha publishers, thiruvananthapuram
•
typesetting
akshara dtp centre, thiruvananthapuram
•

•
cover
ajai kannadi
•
illustration
artist ajayan

Rights reserved

വിതരണം
ദേശാഭിമാനി ബുക്ക് ഹൗസ്
H O തിരുവനന്തപുരം–695 035
www.chinthapublishers.com
chinthapublishers@gmail.com

ബ്രാഞ്ചുകൾ
ഹെഡ്ഓഫീസ് ബ്രാഞ്ച് കുന്നുകുഴി • ഓവർബ്രിഡ്ജ് തിരുവനന്തപുരം • കെ എസ് ആർ ടി സി ബസ് സ്റ്റേഷൻ ആലപ്പുഴ • കെ എസ് ആർ ടി സി ബസ് സ്റ്റേഷൻ എറണാകുളം • മച്ചിങ്ങൽ ലെയ്ൻ തൃശൂർ • ഐ ജി റോഡ് കോഴിക്കോട് • കെ എസ് ആർ ടി സി ബസ് സ്റ്റേഷൻ കോഴിക്കോട് • എൻ ജി ഒ യൂണിയൻ ബിൽഡിങ് കണ്ണൂർ • സെൻട്രൽ ബസ് ടെർമിനൽ കോംപ്ലക്സ് താവക്കര കണ്ണൂർ

CR- 1258 / 3173

ഘടോൽക്കചേൻ

എം എസ് കുമാർ

ചിന്ത പബ്ലിഷേഴ്സ്
തിരുവനന്തപുരം-695 035
വില : ₹ 75

എം എസ് കുമാർ

1945–ൽ പാലക്കാട് ജില്ലയിലെ പട്ടാമ്പിക്കടുത്ത് ഞാങ്ങാട്ടിരി ഗ്രാമത്തിൽ ജനിച്ചു. പിതാവ് ശങ്കുണ്ണി എഴുത്തച്ഛൻ, അമ്മ ജാനകിയമ്മ. 1968 മുതൽ ഞാങ്ങാട്ടിരി എ യു പി സ്കൂളിൽ അധ്യാപകൻ. 2000 ൽ വിരമിച്ചു.

കേരള സ്റ്റേറ്റ് ലൈബ്രറി കൗൺസിൽ ഭരണസമിതി, *തളിര്* പത്രാധിപ സമിതി. *തത്തമ്മ* ബാലമാസിക പത്രാധിപസമിതി എന്നിവയിൽ അംഗം.

ഉടുക്ക്, മന്ദാകിനിയുടെ ഗാനം, സർഗ, അത്രമേൽ സ്നേഹിക്കയാൽ, മിഴിയോരം വഴിയോരം, സുന്ദരിപ്പാമ്പ്, കുഞ്ഞൻപക്ഷി, മിടുക്കൻബാബു, പൂത്താങ്കിരി, സിനിമാനടൻ കുഞ്ചു, ഉണ്ണിരാമൻ ഉണർന്നു, സ്വർണ്ണത്തുമ്പി, മിഠായി മണിയൻ, ശാരി, നിലാവിന്റെ അപ്പൂപ്പൻ, അല്ലിറാണി, കല്യാണക്കുരുവി, പീലിക്കാവടി, കഴുതമന്ത്രി, കുക്കു, നിലാത്തിരി, ഗൂഗ്ലി, പുള്ളിനങ്ങി, മനസ്സറിയും കിളി, വാകമരത്തിലെ പക്ഷികൾ സ്റ്റോമി, മകുടി, കളിമാമൻ, കുടുകുടുവണ്ടി, കുറുക്കൻ കഥകൾ, കളിവീണ, ആമക്കുട്ടൻ ഡോട്ട് കോം, മഞ്ചാടിമാല, ലോകം കീറിയ കുട്ടി, ചെമ്പൻ കുറുക്കനും വെള്ളിമുയലും, ആനമീശ, കുഞ്ഞിക്കുറുക്കൻ ഇമെയിൽ, മൊബൈൽ മുയലുണ്ണി തുടങ്ങി അറുപതോളം കൃതികളുടെ കർത്താവ്.

1981– മാമൻമാപ്പിള നോവൽ അവാർഡ് (*ഉടുക്ക്*). 1989– കേന്ദ്ര സാംസ്കാരിക വകുപ്പ് ഫെലോഷിപ്പ്, നോവൽ (*മന്ദാകിനിയുടെ ഗാനം*). 1990–ലെ ഇന്ത്യൻ ശിശു വിദ്യാഭ്യാസ കൗൺസിൽ– നാഷണൽ അവാർഡ് (*സമഗ്രസംഭാവന–ബാലസാഹിത്യം*) 1991 അധ്യാപക കലാവേദി അവാർഡ് കഥ–*ആരോ മരിച്ചിട്ടുണ്ട്*. 2002 ചെറുകാട് അവാർഡ് *ആനമീശ* (ബാലകഥാസമാഹാരം) 2003–ലെ അബുദാബി ശക്തി അവാർഡ് *പുള്ളിനങ്ങി* (നോവൽ) തുടങ്ങിയവ പുരസ്കാരങ്ങളിൽ ചിലത്.

ഭാര്യ : പി ആർ കമലം
കുട്ടികൾ : ദീപ, ദിലീപ്

വിലാസം : സർഗ, ഞാങ്ങാട്ടിരി,
പട്ടാമ്പി – 679311
ഫോൺ: 0466 2313950

1

കാട്ടുകുട്ടൻ

തുറുങ്കണ്ണൻ പെരുവയറൻ
കാതുകൂർത്തോൻ ഭയങ്കരൻ
ഭീമനാദൻ തുടുംചുണ്ടൻ
തീക്ഷ്ണദംഷ്ട്രൻ മഹാബലൻ
പെരുംകാൽ പിണ്ടിയുള്ളവൻ
അമാനുഷൻ മാനുഷജൻ
ഘടോൽക്കചാ യെന്നമ്മ
പേരുചൊല്ലി വിളിച്ചിതേ
(*മഹാഭാരതം – ആദിപർവം* അധ്യായം 155)
ഘടോൽക്കചൻ എന്ന
കാട്ടുകുട്ടൻ! അമ്മ അവനെ
വാത്സല്യപൂർവം വിളിച്ചു.
കുട്ടിക്കുറുമ്പാ...

ഡുംഡും ഡബ്–ധും
ഡുംഡും ഡബ്–ധും.

ഇരുഭാഗത്തും തുകൽകെട്ടിയ മരച്ചെണ്ടയുടെ രണ്ട് മുഖങ്ങളിലും കൈവിരലുകളാൽ അമർത്തിക്കൊട്ടി കൊച്ചുമൂപ്പന്മാർ താളം ചവിട്ടി. കൊട്ട് മുറുകുന്തോറും കേട്ടവർ കേട്ടവർ ഓടിയെത്തി. വന്നവർ ഓരോരുത്തരായി വട്ടമിട്ടു നിന്നു. ചെണ്ടക്കാരും വാദ്യക്കാരും ഇടകലർന്നുനിന്നു. അവർ താളത്തിനൊത്ത് ചുവടുവച്ചു. ചുണ്ടുകളാൽ ശബ്ദമുണ്ടാക്കി.

ഡുഡും ഡബ്ധും...

അമ്മയുടെ ഒക്കത്തിരുന്ന് കുട്ടൻ കളി കണ്ടു, കുണുങ്ങി ശബ്ദിക്കും. "ഉം ഉം ഉം..." എളിയിൽനിന്ന് കുതറിച്ചാടാൻ ശ്രമിക്കും.

ഇടതുകൈകൊണ്ട് കുഞ്ഞിനെ അടക്കിപ്പിടിച്ച്, വലതു കൈ ഞൊടിച്ച് താളംപിടിച്ച് അമ്മ നൃത്തത്തിൽ പങ്കുചേരാൻ ശ്രമിച്ചു.

ഡബ്ധും ഡബ്ധും. ചെണ്ടത്താളം മുറുകിക്കൊണ്ടിരുന്നു.

കടലാവണക്കിന്റെയും ഉങ്ങിന്റെയും നീരുവെട്ടിയുടെയും കുരുക്കൾ കൂർത്ത മുളങ്കമ്പുകളിൽ കോർത്ത് പന്തമാക്കി കത്തിച്ചിരിക്കുന്നു. അനേകം പന്തങ്ങൾ. ഒരു വലിയ കുഴിയിൽ തീയെരിയുന്നു. മരങ്ങളുടെ കാതൽ, സുഗന്ധദ്രവ്യങ്ങൾ, മൃഗക്കൊഴുപ്പുകൾ എന്നിവയിട്ടു നിറച്ച തീക്കുണ്ഡം. അതിനു ചുറ്റുമാണ് നൃത്തം. വനമാകെ വീശിയടിക്കുന്ന പുകയ്ക്ക് ലഹരിപിടിപ്പിക്കുന്ന സുഗന്ധം.

വേടകുലത്തിലെ എല്ലാവരുമുണ്ട്. കാട്ടുരാജാവായ വലിയ മൂപ്പൻ സ്ഥലത്തെത്തിയിട്ടില്ല. അദ്ദേഹമെത്തിയാൽ പാട്ടും നൃത്തവുമുണ്ടാകും. ദേശീയോത്സവമാകും. 'കഞ്ചിച്ചീര'യെന്ന, വനത്തിലെ ഉത്സവം.

കഞ്ചിച്ചീര എല്ലാവരുടെയും ഉത്സവമാണ്. വലിയവർക്കും ചെറിയ

വർക്കും ആണിനും പെണ്ണിനും പൂർണ സ്വാതന്ത്ര്യമാണ്. എന്തും ചെയ്യാം, എന്തും പറയാം.

കഞ്ചിച്ചീര ഒരു ഗോത്രത്തിന്റെ മാത്രം ഉത്സവം. ഏതു ദേശത്തുള്ളവർക്കും ഏതു ഗോത്രക്കാർക്കും പങ്കെടുക്കാം. തീക്കുണ്ഡത്തിനു ചുറ്റും നൃത്തം വയ്ക്കാം. അഗ്നിദേവനെ വണങ്ങാം. കൈയിലുള്ള ഏതു സാധനവും ദേവനു നിവേദിക്കാം. ഹോമകുണ്ഡത്തിലെറിയുന്ന ദാനവസ്തു ഒരു മടിയും കൂടാതെ അഗ്നി നക്കിത്തിന്നു തീർക്കും.

കാട്ടിനുള്ളിൽ അൽപ്പം വീതിയുള്ള സമതലം വെട്ടിനിരപ്പാക്കി കഞ്ചിച്ചീരക്കുള്ള കളമൊരുക്കുന്നു. കാട്ടുചോലയിൽ കുളിച്ചു വൃത്തിയായി എല്ലാവരും പതിറ്റടിനേരത്തോടെ ചീരക്കളത്തിലെത്തുന്നു. കൊച്ചുമൂപ്പന്മാർ കൊട്ടിയറിയിക്കും. ആദ്യമായെത്തുന്ന ദേശക്കോമരം കൊട്ടിനനുസരിച്ച് ചുവടുവയ്ക്കും. പിന്നീട് വരുന്നവരോരോരുത്തരും കോമരത്തോടൊപ്പം ചുവടുവയ്ക്കുന്നു. ഹോമകുണ്ഡം ചൂടേറുന്നതോടെ കൊട്ടും കളിയും മുറുകുന്നു.

സന്ധ്യയോടെ വരാവുന്നവരെല്ലാം വന്നുവെന്ന വിവരം കോമരം അട്ടഹാസത്തിലൂടെ അറിയിക്കുന്നു. വലിയ മൂപ്പൻ പരിവാരങ്ങളോടെ എഴുന്നള്ളുന്നു. ജനം ഇളകുന്നു. കളത്തിനുചുറ്റും കാണികളായി നിന്നവർ പാട്ടിനും നൃത്തത്തിനും തയാറെടുക്കുന്നു. കൈയിൽ കരുതിവന്ന സുഗന്ധദ്രവ്യങ്ങൾ ഹോമകുണ്ഡത്തിൽ ചൊരിയുന്നു. ഉണക്കില്ലാത്ത വസ്തുക്കൾ പൊട്ടിത്തെറിക്കുന്നുണ്ട്. അകില്, ചന്ദനം, കുന്തിരിക്കം, മട്ടിപ്പാൽ എന്നിവയുടെ ഇടകലർന്ന മണം തീക്ഷ്ണമായി പുകഞ്ഞു ചുറ്റുന്നു. കുഴിയിലെ തീനാമ്പുകൾ പുക നക്കിക്കുടിക്കുന്നു.

വലിയ മൂപ്പൻ മഞ്ചലിൽനിന്നിറങ്ങി. മരത്തണ്ടുകളിൽ തുണിയും മരത്തോലും കെട്ടിയുണ്ടാക്കിയ മഞ്ചൽ. മഞ്ചത്തണ്ടു ചുമക്കാൻ നാലു കൊച്ചുമൂപ്പന്മാർ.

മൂപ്പൻ നിലത്തിറങ്ങിയപ്പോൾ തണ്ടുചുമന്നവർ ആശ്വാസത്തോടെ നെടുവീർപ്പിട്ടു. തോളിലെ തഴമ്പുകളിൽ തടവി വേദന ചുണ്ടുകടിച്ചമർത്തി സഹിച്ചു മൂപ്പൻ പ്രജകളെ ശ്രദ്ധിച്ചു. തീക്കുണ്ഡത്തിനുചുറ്റും കൊട്ടും നൃത്തവുമായുല്ലസിക്കുന്ന അവരെല്ലാം മൂപ്പന്റെ ദൃഷ്ടിയിൽപ്പെട്ടു.

ബോധ്യമായവരുടെ ഇടയിൽ മൂപ്പനും ചേരും. തടിയനക്കാൻ ബുദ്ധിമുട്ട് തോന്നിക്കുന്ന രണ്ടു സ്ത്രീകൾക്കടുത്തായി മൂപ്പൻ നിന്നു. അവർ ഭവ്യതയോടെ ഇടംകൊടുത്തു.

കാട്ടുപോത്തിന്റെ വളഞ്ഞ കൊമ്പ് ഊരിയെടുത്തുണ്ടാക്കിയ കുഴൽ. ആ കുഴലിൽനിന്ന് ഈണമുയർന്നു. കൂടിനിന്നവർ അക്ഷരങ്ങളായി ഏറ്റു ചൊല്ലി.

വാഴ്ക വാഴുക തൈവേ
വാഴുക തൈവേ
വാഴ്ക വാഴുക തൈവേ വാഴുക തൈവേ

കുഴൽവിളിയുടെ താളത്തിൽ ആടുന്നു. പാട്ട് ഏറ്റുചൊല്ലുന്നു.

പ്രത്യേകമായി മുളങ്കുറ്റിയിൽ കൊണ്ടുവന്ന തേൻ പരിച്ച കയില കൊണ്ടരച്ച ചമ്മന്തിയും കൂട്ടി ഇടയ്ക്കിടെ മോന്തും. നെല്ലു പുഴുങ്ങി

പുളിപ്പിച്ചെടുത്തു വാറ്റിയ അഡിയാവെള്ളവുമുണ്ട്. മൂപ്പൻ തേനും അഡിയയും മുറയ്ക്ക് കഴിച്ചു. ചാട്ടം മുറുകി. കുഴൽവിളി ഉയർന്നു.

കൊട്ടും പാട്ടും നൃത്തവും ദ്രുതഗതിയിലായപ്പോൾ മൂപ്പന് വിറവന്നു. കൂട്ടത്തിൽ പലർക്കും വിറയും വെളിപാടുമുണ്ടായി. മനസിലാവാത്ത ശബ്ദങ്ങളിൽ ദൈവത്തോട് സംസാരിച്ചു. ക്ഷീണം തോന്നിയവർ ഓരോരുത്തരായി പിൻവാങ്ങാൻ തുടങ്ങി. മൂപ്പൻ ഒരു മുട്ടിയിലിരുന്നു. ചിലർ അടുത്ത ഇലപ്പന്തലിൽ തളർന്നുകിടന്നു.

പരന്നുകിടക്കുന്ന ചപ്പിലകളിൽ മൂക്കുകുത്തി വീണവരുണ്ട്. ചിലർ ബോധപൂർവം പുൽക്കൂനകളിൽ കമഴ്ന്നടിച്ചു വീണു. ആണും പെണ്ണും ഭേദമില്ലാതെ സ്ഥലമേതെന്നറിയാതെ ബോധമില്ലാതെ കഞ്ചിച്ചീരയുടെ

സമാപനം.

സമനില പാലിച്ചവർ പന്തങ്ങളിലെ വെളിച്ചം കെടാൻ കാത്തു. ഹോമത്തീ വെറും കനലാകുന്നതു കാത്തിരുന്നു.

അവരുടെ കൂട്ടത്തിൽ ഒക്കത്തുവച്ച കുഞ്ഞുമായി തടിച്ച സ്ത്രീ ഉറങ്ങാതിരുന്നു. എളിയിലെ കുടംപോലെ തലയുള്ള ആൺകുട്ടി കൈകാൽ കുടഞ്ഞു. നേരത്തെ നൃത്തക്കാരോടൊപ്പം അവനും ഉത്സാഹം കാണിച്ചിരുന്നു. ഒരു വയസ്സുമാത്രം പ്രായം തോന്നിക്കുന്ന ചെക്കൻ അമ്മയുടെ ഒക്കത്തിരുന്ന് തീക്കുണ്ഡത്തിലേക്കു ചാടാൻ കുതിച്ചിരുന്നു.

ആളുകളേറെ പിരിഞ്ഞിട്ടും ഉറക്കം വരാത്ത കണ്ണുകളോടെ അവൻ ചാടിത്തുള്ളാൻ ശ്രമിക്കുന്നു. തീക്കുണ്ഡത്തിലെ കനലുകൾപോലെ ആ കണ്ണുകളിലും പ്രകാശം.

യാ യ്യാ. ജാ ജ്ജാ...

കുട്ടൻ ഓരോ ശബ്ദം പുറപ്പെടുവിച്ച് കൈകാലുകളിളക്കി. മൂപ്പന്മാരും മറ്റു വനവാസികളും തമ്മിൽത്തമ്മിൽ ചോദിച്ചു.

ആ ചെക്കൻ ഹിഡുംബീടെ മകനല്ലേ?

ആ... ആന്ന്.

എന്താ ഓന്റൊരു കന്നത്തം. ഒരു കുട്ടിക്കുറുമ്പൻ തന്നെ – തള്ളേടെ ഒക്കത്ത്ന്ന് ഇപ്പൊ ചാടും.

നേർത്തെ കൂട്ടത്ത്ന്ന് നെലത്തു ചാടി നൃത്തംവക്കുംന്ന് തോന്നിയിരുന്ന്.

ഹിഡുംബി മകനേയുംകൊണ്ട് കുടിലിലേക്ക് മടങ്ങാൻ തീരുമാനിച്ചു. ഒക്കത്തിരുന്ന ഘടോൽക്കചൻ പിന്നോട്ടു വലിയുന്നു.

ആണ്ട–പോണ്ട.

“വാടാ ങ്ങട്ട്. നെന്നെ ഞാൻ.” അമ്മ അവന്റെ നേരെ കൈയോങ്ങി. കുട്ടൻ പിൻവാങ്ങുന്നില്ല. നടന്നു നീങ്ങുന്ന അമ്മയുടെ എളിയിൽ നിന്നവൻ ഊർന്നിറങ്ങി താഴോട്ടുചാടി അഗ്നികുണ്ഡത്തിനടുത്തെത്തി.

അണയുകയും കനലെരിഞ്ഞു പുകയുകയും ചെയ്യുന്ന പന്തങ്ങളേന്തിയവർ ഉറക്കച്ചടവുള്ള കണ്ണുകൾ വിടർത്തി. അവർ എഴുന്നേറ്റു വിലക്കി.

എടാ യെടാ മാറിപ്പോ. എടീ തടിച്ചീ ചെക്കനെ പിടിക്ക്. മഹാ കുറുമ്പനാ ചെക്കൻ.

ചുവന്നുതുടുത്ത ഹോമകുണ്ഡത്തെയും വെട്ടിത്തിളങ്ങുന്ന തീക്കനലുകളെയും നോക്കി ഘടോൽക്കചൻ കൈകൊട്ടിച്ചിരിച്ചു. ഹ്ഹ്ഹീഹീ.

കുട്ടാ വാ... വാടാ...

ഹിഡുംബിയമ്മ ഓടിയടുത്തു.

ആഹഹാ... കുട്ടൻ രണ്ടു കൈയുമുയർത്തി തീക്കുണ്ഡത്തിലേക്കു ചാടി.

കുട്ടാ... അയ്യോ. ഹാഹാ...

ഹിഡുംബിയുടെ നിലവിളി വനമാകെ മുഴങ്ങി.

2

കാട്ടുകുട്ടന്റെ സാഹസങ്ങൾ

രണ്ട് കാലടികളിലും പൊള്ളൽ. പുറത്ത് മറുകുപോലെ കരുവാളിച്ച പാട്. ചുരുണ്ട മുടി ഉരുകി കട്ടയായി അവിടവിടെ മുഴച്ചുകിടക്കുന്നു.

തീയിൽനിന്ന് കരകയറിയ കുട്ടന് കാര്യമായ പരിക്കുകളൊന്നും കാണുന്നില്ല. മൂപ്പന്മാരും മൂപ്പത്തികളും അത്ഭുതംകൂറി. പൊള്ളിയ കാലും വച്ച് അവൻ തുള്ളിച്ചാടുകയാണ്.

"കുടീ പോരാണ്ട് ചെക്കനേംകൊണ്ട് പാതിരവരെ എന്നാ ശെയ്യുവാണ്ടീ. വെക്കം വാ." മുന്നിൽ നടക്കുന്ന മുത്തച്ഛൻ തിടുക്കം കൂട്ടി പറയുന്നുണ്ടെങ്കിലും വൃദ്ധൻ വല്ലാതെ കിതയ്ക്കുന്നുണ്ടായിരുന്നു. അമ്മയ്ക്കും ഉറക്കച്ചടവുകാരണം ക്ഷീണമുണ്ട്. അമ്മയുടെ കൈപിടിച്ച് ഉരുളൻ കല്ലിലൂടെയും മരക്കുറ്റികളിലൂടെയും നടന്നുനീങ്ങുന്ന കുട്ടനു മാത്രം ഒരു ക്ഷീണവും കാണുന്നില്ല. തീപ്പൊള്ളിയ കാലുകൾ അവൻ അമർത്തി ചവിട്ടുമ്പോൾ പരക്കുന്നുണ്ട്.

പരിക്കുപറ്റിയ കുട്ടിക്കെങ്ങനെയുണ്ടെന്നറിയാൻ മലവേടന്മാർ ഓരോരുത്തരായി വന്നു. ഉന്മേഷത്തോടെ തുള്ളിച്ചാടി നടക്കുന്ന കുട്ടനെ കണ്ട് അവരത്ഭുതപ്പെട്ടു. മൂപ്പന്മാർ തമ്മിൽ പറഞ്ഞു.

"ഈ ചെക്കൻ നാളെ കാടു ഭരിക്കുംന്നാ തോന്നണേ."

"കാടുമാത്രമല്ല. നാടും ഓൻ കീഴിലാക്കും." ഒരു മൂപ്പൻ പറഞ്ഞു.

"ഇവൻ ചെറുപ്പത്തിൽത്തന്നെ മൂപ്പനാവുന്ന ലക്ഷണമുണ്ട്. മഹാകുറുമ്പനാ ചെക്കൻ." കൊച്ചുമൂപ്പൻ സംശയം പ്രകടിപ്പിച്ചു. അന്ന് പുറംതള്ളിയ ഹിഡുംബിപ്പെണ്ണിന്റെ മോനെ കുലത്തീ കൂട്ടീട്ടുവേണ്ടേ മൂപ്പനോ എളയ മൂപ്പനോ ആക്കുവാൻ.

എല്ലാവരുടെ മനസ്സിലും ആ പ്രശ്നം പ്രശ്നമായിക്കിടക്കുന്നു.

കാട്ടാളനേതാവായിരുന്നു ഹിഡുംബൻ. ഹിഡുംബന്റെ സഹോദരി

ഹിഡുംബി. ഹിഡുംബിയുടെ മകനാണ് ഘടോൽക്കചൻ. കുടത്തിന്റെ ആകൃതിയിലുള്ള തലയായതിനാലാണ് ഘടോൽക്കചൻ എന്ന് കാട്ടുമൂപ്പന്മാർ വിളിച്ചത് സ്ത്രീകൾ കുട്ടൻ എന്നും. പിന്നെ എല്ലാവരും കാട്ടുകുട്ടൻ എന്ന് വിളിച്ചു. പലരും കാട്ടൂട്ടൻ എന്നുകൂടി വിളിച്ചു.

വലിയ മൂപ്പനിപ്പോഴും അവരെ കേൾപ്പിച്ചു പറയും, അഞ്ച് രാജകുമാരന്മാരും അവരുടെ അമ്മയും കാട്ടിൽ ഒളിച്ചുനടന്ന കഥ. അതിലേറ്റവും ശക്തനായ ഭീമൻ എന്ന രാജകുമാരനും ഹിഡുംബിയുമായി വിവാഹം നടന്നത്. ഗോത്രത്തെയോ സമുദായത്തെയോ നോക്കാതെ ഹിഡുംബി ഭീമസേനനെ പരിണയിച്ചതിൽ അവർക്കിപ്പോഴും വിരോധമുണ്ട്. പ്രത്യേകിച്ച് ഗോത്രത്തിലേറ്റവും ശക്തനായിരുന്ന ഹിഡുംബനെ മല്ലയുദ്ധത്തിൽ ഭീമൻ കൊന്നതിൽ.

ഹിഡുംബി കുട്ടനെ അക്കഥയൊന്നുമറിയിച്ചില്ല. വലിയ മൂപ്പൻ, മൂപ്പനമ്മാവൻ, മാമന്മാർ, അക്കച്ചിമാർ, അണ്ണന്മാർ എന്നിവരിൽനിന്നെല്ലാമായി കുറച്ചൊക്കെ മനസിലാക്കുന്നു. അച്ഛൻ ഏതോ വല്യ ഒരു മൂപ്പനാണ്.

സന്മനസുള്ള വനവാസികൾ സമാധാനിച്ചു. ഈ ചെക്കൻ വളർന്നാൽ ഹിഡുംബിക്കൊരു താങ്ങാവും. പ്രധാനികളായ മൂപ്പന്മാർ ആശങ്കകളോടെ അവനെ നോക്കി. എന്തൊക്കെയാണീ നാടന്റെ മകൻ കാട്ടിക്കൂട്ടുകയെന്നാവോ? വലിയ മൂപ്പൻ അവന്റെ ശരീരമാകെ നോക്കി. അവയവങ്ങളുടെ പ്രത്യേകതകൾ നോക്കാൻ അനുചരന്മാരോട് പറഞ്ഞു.

“തല കണ്ടില്ലേ കുടം പോലെയാ. ഒന്നുകിൽ അത് ഉള്ളുപൊള്ള. അല്ലെങ്കിൽ നിറയെ പുത്തി.”

“കനം കണ്ടാൽ പുത്തിയാന്നാ തോന്നണ്.” ചെറിയ മൂപ്പൻ കൈമടക്കി ഒരു മേട്ടം മേടി. വിരൽമുട്ടു വേദനിച്ചു. കരിങ്കല്ലിൽ മേടിയപോലെ.

കുട്ടന്റെ വിനോദം വലിയ മൂപ്പൻ സൂക്ഷിച്ചു. വലിയ കല്ലുകൾ ഉരുട്ടിയും നിരക്കിയും കുന്നിൻമുകളിലെത്തിക്കുന്നു. മുകളിൽനിന്നുരുട്ടി താഴേക്ക് അവ എത്തുമ്പോഴേക്ക് ഓടി അവയ്ക്കുമുമ്പെ എത്തുക.

പെരുവയറും തടിച്ച കാലടികളുമായി തുറുകണ്ണുരുട്ടി ഓടിയിറങ്ങുന്ന ഘടോൽക്കചൻ മറ്റൊരു പാറക്കല്ലിനു കൈയും കാലും വെച്ചപോലെ തോന്നിച്ചു.

“വേണ്ട കുട്ടാ. ഇങ്ങട്ടുപോരേ, കല്ല് നെന്റെ മേല് തട്ടും.”

കുട്ടൻ ഉറക്കെ ചിരിക്കും. വലിയൊരു പാറ കുന്നിന്റെ നെറുകയിൽ നിന്ന് ഇളക്കും. താഴെ അടുത്തുള്ള മറ്റൊരു പാറ ഇളകുമാറ് ശക്തിയോടെ അതിനെ ലക്ഷ്യമാക്കി തള്ളും. കല്ലുരുണ്ട് അടുത്ത പാറയിൽ തട്ടി ഇളകിയുരുണ്ട് അടുത്ത കല്ലിലെത്തും. എല്ലാ പാറകളുംകൂടി മാലപോലെ കീഴോട്ടുരുണ്ടെത്തും.

അവയോടൊപ്പം ഒരു പ്രയാസവും കൂടാതെ ഓടിയെത്തുന്ന ഘടോൽക്കചൻ താഴെനിന്ന് ഓരോ പാറകളായി മേലോട്ടുരുട്ടിക്കയറ്റും. ഉരുളാത്തവ നിരക്കിക്കയറ്റും. എത്ര വലിയ കല്ലും അവന്റെ കൈയിൽ ലഘുവായിത്തീരുന്നതുനോക്കി മൂപ്പന്മാർ വിളിച്ചു, “ബലവാൻ–മഹാബലൻ.”

മുകളിൽനിന്നിറങ്ങിയ ഒരു പാറക്കല്ല് ഇടയ്ക്കുവച്ച് ഒന്നിൽ തങ്ങിനിന്നു. കുട്ടൻ താഴെചെന്ന് ഒരു കൈവച്ച് ഇളക്കി. രണ്ടും ഒപ്പം ഇളകി. ഒന്ന് അവനുമീതേക്കുരുണ്ടു.

കണ്ടുനിന്ന വേടക്കുട്ടികൾ മുറവിളി കൂട്ടി. “അമ്മേ, കുട്ടനു മേല് പാറക്കല്ലു വീണേ.” ഒരുപാടുപേർ അവിടവിടെയായി കുട്ടന്റെ മഹാ ബലപരീക്ഷണം കണ്ടുനിൽക്കുകയായിരുന്നു.

ഓടിക്കൂടുന്നവർക്കുനേരെ കുട്ടൻ കൈയുയർത്തി കാണിച്ചു. സാരമില്ലെന്ന്. അമ്മ ഓടിക്കിതച്ചുവന്നു. അവർ എല്ലാവരെയും നോക്കി.

“അയ്യോ എന്റെ കുട്ടൻ ചതയുന്നേ. നിങ്ങളെല്ലാം നോക്കി നിൽക്കാ

ണല്ലേ. എന്താ എന്റെ കുട്ടി ഒരു കൊരങ്ങാണോ? നിങ്ങൾക്ക് കളികാണാൻ.

ഹിഡുംബി നിലത്ത് അമർത്തിച്ചവിട്ടി. എല്ലാം ഒരു കുസൃതിച്ചിരിയോടെ നോക്കിയിരിക്കുന്ന വലിയ മൂപ്പനുനേരെ കയർത്തുകൊണ്ടു പറഞ്ഞു: "നിങ്ങളുണ്ടായിരുന്നില്ലേ, ഈ ചെക്കൻ കന്നത്തം കാണിക്കുമ്പൊ. മറ്റെല്ലാവരും കളി കാണുമ്പോലെ നോക്കി രസിക്കുമ്പൊ ഒന്നു കയർത്തു പറയാര്ന്നില്ലെ. എടാ കുട്ടാ അരുത് എന്നൊരു വാക്ക് നിങ്ങളും പറഞ്ഞില്ലല്ലോ. അച്ഛനില്ലാത്തോനല്ലേ ചത്തെങ്കി പോട്ടേന്നു കരുതി. അല്ലേ."

വലിയ മൂപ്പൻ ചുവന്നിടുങ്ങിയ കണ്ണുകളോടെ ഹിഡുംബിയെ അമർത്തി നോക്കി. ഹിഡുംബിയുടെ ഭാവം മാറ്റമില്ലെന്നുകണ്ട് കുലുങ്ങിച്ചിരിക്കാൻ തുടങ്ങി.

ചിരിക്കുശേഷം മൂപ്പൻ പറഞ്ഞു:

"എടി മണ്ടിപ്പെണ്ണേ, ഞാനിതൊന്നും കാണുന്നില്ലെന്നാണോ നിന്റെ വിചാരം. എല്ലാം കാണുന്നുണ്ട്, അറിയുന്നുണ്ട്. ഇനി കാണാൻ പോകുന്നതെന്തൊക്കെയാണെന്നും ഞാനറിയുന്നുണ്ട്. നീ നോക്ക്, ഇനി അവൻ എന്താണ് ചെയ്യുകയെന്ന്. നീ വെറുതെയാണ് കലിതുള്ളുന്നത്. ദാ, അങ്ങോട്ടു നോക്ക്. കണ്ണു മിഴിച്ചുനോക്ക്."

കുട്ടൻ കരിമ്പാറയ്ക്കടിയിൽനിന്ന് പിരണ്ടെണീറ്റു. നാലുപാടും നോക്കി. ദേഹത്തുപുരണ്ട മണ്ണു കുറേയൊക്കെ തട്ടിത്തുടച്ചു. ആരെങ്കിലും കാണുന്നുണ്ടോ എന്നു നോക്കാതെ കരിമ്പാറ മേലോട്ടു പൊക്കാൻ തുടങ്ങി.

ഹിഡുംബി ഓടിച്ചെന്നു. "കുട്ടാ എന്തു മണ്ടത്തരമാണ് നീ കാണിക്കണത്. ആ കരിമ്പാറകളുടെ അടീല്പെട്ടാൽ എന്താണുണ്ടാവുക. പാറയുമായുള്ള കളി വേണ്ട."

വേടന്മാരെല്ലാവരും ഒത്തുകൂടി ഘടോൽക്കചനെ പിടിച്ചു മാറ്റാൻ ചെന്നു. അവരെ ഗൗനിക്കാതെ കുട്ടൻ കല്ലുകൾ മേലോട്ടുന്തുകയാണ്.

"വേണ്ടാ... വേണ്ടാ," അമ്മ ശബ്ദിച്ചുകൊണ്ടേയിരുന്നു.

"വാടാ ഇവിടെ. അമ്മ പറയണ കേക്കടാ. പാറക്കല്ലിൽ നിന്നു മാറിപ്പോടാ."

വനവേടന്മാർ ആക്രോശിച്ചുകൊണ്ട് കുട്ടനെ പിടിച്ചു മാറ്റാൻ ശ്രമിച്ചു. എല്ലാം കണ്ട് വലിയ മൂപ്പൻ എഴുന്നേറ്റു. പരന്ന പാറക്കല്ലിന്റെ ഇരിപ്പിടത്തിലിരുന്ന് അദ്ദേഹം വേടരെ വിളിച്ചു.

"വാടാ എല്ലാരും."

അവർ മൂപ്പനുമുന്നിലെത്തി. അദ്ദേഹം പറയുന്നു:

"അവൻ അവന്റെ കരുത്തു കാണിക്കട്ടെടാ. അവനെ നമ്മളറിയുന്നല്ലേ ഉള്ളൂ. അപകടം പറ്റാതെ നോക്കിയാൽ മതി. ഓൻ കാണിക്കണേനൊക്കെ വേണ്ടടാ, അരുതെടാ എന്നു പറയണത് ഓൻ കൂടുതൽ ചെയ്യുകയേയുള്ളൂ. കുറുമ്പൻ."

“നമ്മുടെ ലോകം ഈ കാടുമാത്രമല്ലേ. അതുകൊണ്ടാ നമുക്ക് ഇത്രയൊക്കെ മതീന്ന് തോന്നണത്. ലോകം ഈ കാട്ടിനും മലയ്ക്കും ഒക്കെ അപ്പുറത്താ. അവിടന്നു വരുന്നവർ നമ്മളെ അടിമകളായേ കാണൂ. അപ്പൊ ഇത്തിരി തടിയും മിടുക്കുമൊക്കെ കാട്ടേണ്ടിവരും.”

അവർ സംസാരിക്കുമ്പോൾ ഘടോൽക്കചൻ ഒരു പാറ തലയിലേറ്റി കുന്നിന്റെ ഉച്ചിയിലെത്തിയിരുന്നു. ഇളകാതെ നിൽക്കുന്ന ഒരാനയോളം പോന്ന പാറയിൽ ഊക്കിലെറിയുന്നു. ആ കല്ല് ഇളകി വീഴുന്നതുകണ്ട് കൈകൊട്ടിച്ചിരിച്ചു.

വലിയ മൂപ്പൻ പൊട്ടിച്ചിരിച്ചു. ഹ്ഹ്ഹാ... ഘടോൽക്കചൻ രണ്ടു കൈകൊണ്ടും തുടയ്ക്കടിച്ച് നിലംവിട്ടു ചാടി. വലിയ മൂപ്പൻ തുടർന്നു പറഞ്ഞു: “എടീ തടിച്ച്യേ, എടാ ചെക്കന്മാരേ കണ്ടോളിൻ. ഞാൻ അവനിട്ട പേരാണ് മഹാബലൻന്ന്. നിങ്ങള് കുടത്തലേൻന്നോ തുറുകണ്ണൻന്നോ എന്തു വേണേലും വിളിച്ചോ.”

മൂപ്പൻ ഒരീണത്തിൽ പറഞ്ഞു തുടങ്ങി. “മഹാബലൻ മഹാകായൻ മഹാസത്വൻ മഹാവീരൻ മഹാഭുജൻ ഭയങ്കരൻ മഹാനേത്രൻ.”

ഉള്ളിലെ അഭിമാനം പുറത്തുകാണിക്കാതെ അമ്മ മൂപ്പന്റെ വാക്കുകൾക്ക് തുടർച്ചയായി പറഞ്ഞു.

“എന്റെ കുട്ടനാ. പൊന്നുംകുട്ടൻ. എന്റെ സ്വന്തം മുത്തുക്കുട്ടൻ. ഓനെന്റെ സ്വത്താ.” ഹിഡുംബി ഘടോൽക്കചനെ കെട്ടിപ്പിടിച്ചു. അവനെ എടുത്ത് എളിയിൽവച്ചു. അവൻ ഒരു കൊച്ചുകുഞ്ഞായി.

“നമ്മക്ക് വല്യമൂപ്പനുമാവണ്ട; നാട്ടുരാജാവും ആവണ്ട; നാട്ടുരാജ്യവും വേണ്ട. നമ്മക്കീ കാടുമതി.”

അമ്മയുടെ എളിയിൽ നിന്നൂർന്നിറങ്ങി വീണ്ടും കുന്നുകയറി.

“എടാ കാട്ടുകുട്ടാ അമ്മ പറഞ്ഞതു കേട്ടില്ലേടാ?”

വനവേടന്മാർ വിളിച്ചു ചോദിച്ചു. കുട്ടൻ മലമുകളിലെ പാറ താഴേക്കുരുട്ടി.

ആ ഹഹാ... ഹഹ.

അവൻ കൈകൊട്ടി പൊട്ടിച്ചിരിച്ചു.

3

മാക്കാനെ മലർത്തിയടിച്ച ഉശിരൻ

ബലൻ, മഹാബലൻ, മഹാകായൻ
പെരുവയറൻ, കാതുകൂർത്തോൻ
ഭയങ്കരൻ, ഭീമനാദൻ, തുടുചുണ്ടൻ
തീക്ഷ്ണദംഷ്ട്രൻ, മഹാകുറുമ്പൻ

ഏകലവ്യൻ കാരണവർ നാച്ചിമുത്തിയമ്മായിയെ ഘടോൽക്കചന്റെ വീരനാമങ്ങൾ പാടിക്കേൾപ്പിച്ചു. കുട്ടനെക്കുറിച്ച് വർണിക്കാൻ വാക്കുകളില്ലായിരുന്നു. എങ്ങനെയൊക്കെയാണ് പുകഴ്ത്തേണ്ടതെന്നറിയാതെ വൃദ്ധൻ വിഷമിച്ചു. തന്റെ കാട്ടുഭാഷയിൽ പരിചിത പദങ്ങളില്ലായിരുന്നു.

എല്ലാവരുടെയും കാരണവരായ ഏകലവ്യമൂപ്പൻ എല്ലാമറിയുന്നവനാണെന്ന് വനലോകമാകെ പ്രശസ്തമാണ്. എത്ര തലമുറകളാണ് തന്റെ കണ്ണിലൂടെ മാറിമറിഞ്ഞത് എന്ന് അദ്ദേഹം ഓർത്തെടുക്കാറുണ്ട്.

വേടന്മാർക്കും മൂപ്പന്മാർക്കും കാട്ടുകുട്ടന്റെ വളർച്ചയിലും പെരുമാറ്റങ്ങളിലും സന്തോഷമുണ്ടായി; ആശങ്കയുമുണ്ടായി.

“ചെക്കന്റെ ഈ എടമ്പറമില്ലാത്ത പണികളോണ്ട് എന്തൊക്കെ ആപത്താണാവോ ഉണ്ടാവാൻ പോണത്.” നാച്ചിമുത്തി മൂപ്പന്മാർ കേൾക്കെ പറഞ്ഞു. അവന്റെ സ്വഭാവനടപടികൾ വൃദ്ധകൾ ശ്രദ്ധിക്കുന്നുണ്ടായിരുന്നു.

ഒരുപാടു തിന്നും. കണ്ടവരോടെല്ലാം ഗുസ്തി പിടിക്കും. ഏതു കാട്ടുമൃഗത്തിനോടും മല്ലിടും.

എല്ലാം കാണുമ്പോഴും മുത്തിമാർ പറയും. “വല്യ കാട്ടുമാക്കാന്റെ കൈയില് പെടാഞ്ഞാ മതിയായിരുന്നു.”

“വലിയവർക്കും കുട്ടികൾക്കും ഒരുപോലെ പേടിയുള്ള ജീവിയാണ് കാട്ടുമാക്കാൻ. കടിച്ചുകീറിത്തിന്നുകളയും. കുട്ടികളെയാണ് കാട്ടുമാ

ക്കാന് ഏറെ ഇഷ്ടം. രാത്രി ഉറങ്ങിക്കിടക്കുന്നവരിൽ നിന്ന് കുട്ടികളെ മാത്രം തട്ടിയെടുത്തുകൊണ്ടു പൊയ്ക്കളയും."

ഏകലവ്യവൃദ്ധനും ഹിഡുംബിയും കുട്ടനെ ഉപദേശിച്ചു. അവൻ ഭയപ്പെടത്തക്കവണ്ണം പറഞ്ഞു. കുട്ടാ, കാട്ടുമാക്കാന്റെ കൈയിൽപ്പെട്ട കുട്ടികൾ പിന്നെ രക്ഷപ്പെട്ടിട്ടില്ല.

ഘടോൽക്കചൻ ചോദിച്ചു:

“കാട്ടുമാക്കാന് കുട്ടികളില്ലേ?”

ചോദ്യം കേട്ടു വൃദ്ധനും അമ്മയും ചിരിച്ചു.

ഏകലവ്യമുത്തപ്പന്റെ അടുത്തിരുന്ന വല്യമൂപ്പൻ കുട്ടനോടു പറഞ്ഞു:

“ഹും. ഇവന്റൊരു കാര്യം. എട കുട്ടാ, കാട്ടുമാക്കാന്റെ കുട്ടികളെ ആരും പിടിക്കാൻ മിനക്കെടില്ല. സിംഹവും പുലിയുമൊക്കെ പേടിക്കുന്ന ജന്തുവാണ് കാട്ടുമാക്കാൻ. കടിച്ചാൽ ഓൻ കടി വിടില്ല. കടിച്ചാൽ കടിച്ചിടം കൊണ്ടേ കാട്ടുമാക്കാൻ പോകൂ.”

കുട്ടന്റെ മനസ്സിൽ കാട്ടുമാക്കാൻ എന്ന ഭീകരജീവി നിറഞ്ഞുനിന്നു. ഒന്നിനെ കണ്ടുകിട്ടിയാൽ നന്നായിരുന്നു. അവൻ കൂട്ടുകാരോടന്വേഷിച്ചു.

ആരെങ്കിലും കാട്ടുമാക്കാനെ കണ്ടിട്ടുണ്ടോ?

“യ്യോ മാക്കാനോ? കണ്ടാൽ കണ്ടവന്റെ കഥ കഴിക്കും.” മറ്റുകൂട്ടുകാർ എല്ലാവരുംകൂടി പറഞ്ഞു. “നീയൊന്നു മിണ്ടാതിരിയെടാ കാട്ടുകുട്ടാ. മനുഷ്യന്റെ ശബ്ദം കേട്ടാ മാക്കാൻ തിരിച്ചറിയും. മനുഷ്യന്റെ ചൂര് ഓന് നല്ല തിരിച്ചറിവാണ്. മണം പിടിച്ചു കണ്ടെത്തും. കണ്ടെത്തിയാൽ ഇര കിട്ടിയെന്നു സാരം.”

മനുഷ്യന്റെ ചൂരറിയുന്ന മൃഗം!! കാട്ടുകുട്ടനതൊരു പുതിയ അറിവായിരുന്നു.

തേവൻകുട്ടിക്കും മല്ലൻകുട്ടിക്കും കുട്ടന്റെ ആഗ്രഹം കേട്ട് പേടി തോന്നി. തേവൻകുട്ടി ഭയത്തോടെ പറഞ്ഞു.

“കുട്ടാ, എന്റെ വല്യച്ഛനെ കടിച്ചുകൊന്നത് കാട്ടുമാക്കാനാണത്രെ. നടക്കാൻ വയ്യാതെ കൂനിക്കൂനി നീങ്ങിയ വല്യച്ഛനെ മാക്കാൻ ഉന്തിയിട്ടുവത്രെ.”

“കുട്ടാ, നിയ്യ് പറേമ്പത്തന്നെ നിക്ക് പേടിയാവ്വാണ്.”

മല്ലൻകുട്ടിയും തന്റെ ഉള്ളിലിരിപ്പു പ്രകടിപ്പിച്ചു. അവൻ വിറയ്ക്കുന്നുണ്ടായിരുന്നു.

ഘടോൽക്കചന് ദേഷ്യംവന്നു. അവൻ ഇത്തിരി പരിഹാസത്തോടെ ശാസിച്ചു.

“എടാ മല്ലൻകുട്ട്യേ, ആരേ നിനക്ക് ഈ പേരിട്ടത്. ‘പുല്ലൻ’ എന്നു മതിയായിരുന്നില്ലേ. എടാ, പേടീ പേടീ എന്നത് മലവേടന്മാർക്കു പറഞ്ഞിട്ടുണ്ടോടാ. നിയ്യ് ഏകലവ്യൻ അപ്പൂപ്പനോടു ചോദിച്ചുനോക്ക്.”

“പേടിച്ചിട്ടെന്താ കാര്യം. ആരാ രക്ഷിക്കാൻ. മലയിലെ ദൈവങ്ങളെ വിളിച്ചു കരയാമെന്നല്ലാതെ വലിയ കാര്യമൊന്നും കാണില്ല. പേടിക്കണമെങ്കിൽ വീരന്മാരായ കാരണവന്മാരെയോ നാട്ടുരാജാവിനെയോ പേടിച്ചോ. ഒരു മൃഗത്തിന്റെ പേരുകേൾക്കുമ്പോ പേടിക്കുക, കഷ്ടം തന്നെ...”

ഉയരത്തു നിന്നൊരു ശബ്ദം –

“കുട്ടാ... കുട്ടൻമാരേ... ഇങ്ങട്ടുവരിൻ.” കുട്ടനും കൂട്ടുകാരും മലകയറി. വീതിയുള്ള ഒരു പാറയിൽച്ചാരി വലിയ അപ്പൂപ്പനിരിക്കുന്നു. ഏകലവ്യൻ.

അവർ അദ്ദേഹത്തിന്റെ അടുത്തുചെന്നു.

കുട്ടികളെ മൂന്നുപേരെയും നോക്കിയിരുന്ന അദ്ദേഹത്തിന്റെ കണ്ണുകൾ ഘടോൽക്കചന്റെ മുഖത്തുതറഞ്ഞു. അവന്റെ കണ്ണുകളിലും തിളക്കം. വൃദ്ധൻ സാവധാനം പറഞ്ഞു:

"മക്കളേ, വാശിയും വീറും നല്ലതാണ്. ചുണയുള്ള കുട്ടികൾ അങ്ങനെ വേണം. മനുഷ്യരെപ്പോലെയല്ല മൃഗങ്ങൾ. കാട്ടുമാക്കാനെ ഒളി

ച്ചിരുന്ന് അമ്പെയ്തു വീഴ്ത്തണം. അവൻ നേരിട്ടുവന്നാൽ പ്രയാസമാണ്.”

പിന്നെ വലിയ ചതിയൻ കൂടിയാണവൻ. നോവിച്ചുവിട്ടാൽ അടുത്തെവിടെയെങ്കിലുമുള്ള ഒരു മനുഷ്യജീവിയെ എങ്ങനെയും അവൻ തട്ടിക്കൊണ്ടുപോവും. പച്ചയ്ക്കു തിന്നും.

ആന, പുലി, കടുവ, കരടി, ചെന്നായ എന്നീ പേരുകളൊന്നും കാട്ടാളർക്കു പേടിയില്ല. കാട്ടുമാക്കാൻ എന്നു പറയുമ്പോൾ സ്ത്രീകളും കുട്ടികളും പേടിക്കുന്നു. നിങ്ങളെങ്കിലും പേടിക്കാതിരിക്കണം. ഏകലവ്യ മൂപ്പൻ കാട്ടുകുട്ടനെ നോക്കി പറഞ്ഞു.

ഛെ, അവൻ ശബ്ദിച്ചു. കുട്ടന് ആരോടെല്ലാമോ ദേഷ്യം തോന്നി. മലദൈവങ്ങളെയല്ലാതെ മലവാസികൾക്ക് ആരോടും ഭയമില്ലെന്നു പറയുന്ന മൂപ്പന്മാർ. വേടന്മാർക്ക് ആകാശവും ഭൂമിയും പാതാളവും ഈ വനമാണെന്നഭിമാനിക്കുന്നവർ.

എന്നിട്ടൊരു കാട്ടുമാക്കാനെ ഒതുക്കാൻ പറ്റില്ലെന്ന്. ഘടോൽക്കചന് എല്ലാവരോടും പുച്ഛം തോന്നി. ഏകലവ്യ മുത്തച്ഛൻ തന്നെ പ്രതീക്ഷയോടെയാണ് കാണുന്നതെന്നവനറിഞ്ഞു.

എഴുന്നേറ്റ് കൈകാൽ കുടഞ്ഞു. കൈവിരലുകൾ പരിശോധിച്ചു. രണ്ടു കൈയിന്റെയും നടുവിരലിലെ നഖം കൂർപ്പിച്ചതു നോക്കി തൃപ്തനായി.

സന്ധ്യയാകുന്നു. കൂട്ടുകാരുമൊത്തുള്ള കളികൾ നിർത്തി കുട്ടൻ മടങ്ങാൻ തുടങ്ങി. അമ്മയുടെ വിളി പ്രതീക്ഷിച്ച് വേഗത്തിൽ നടന്നു. ഒരു ഭാഗത്തുകൂടി വേടന്മാർ കൂട്ടമായി ഓടുന്നതവൻ കണ്ടു. ചിലരുടെ കൈയിൽ അമ്പും വില്ലുമുണ്ട്.

എന്താ എന്താ... അവൻ കണ്ടവരോടെല്ലാം ചോദിച്ചു. ഉത്തരം കിട്ടാത്തതുകൊണ്ട് കുട്ടൻ അവരോടൊപ്പം ഓടി. ഓട്ടത്തിനിടയിൽ ഒരാൾ പറഞ്ഞു:

“ഒരു കാട്ടുമാക്കാൻ എവിടെയോ പതുങ്ങിയിരിപ്പുണ്ട്. ചെറിയൊരു കരച്ചിൽ കേട്ടു. എങ്ങോട്ടെങ്കിലും മാറിപ്പൊയ്ക്കോ. മേൽ ചാടിവീഴും.”

അവരോടൊപ്പം ഓടാൻ കൂടണോ. അമ്മയും കൂട്ടത്തിൽ ഓടുന്നുണ്ടാകുമോ. ഉണ്ടാവാൻ വഴിയില്ല. തന്നെ അന്വേഷിക്കുകയാവും. കുട്ടാന്ന് നീട്ടിവിളിക്കുന്നുണ്ടാവും.

തൽക്കാലം എല്ലാവരിൽനിന്നും മറഞ്ഞിരിക്കുക തന്നെ. കുട്ടൻ ഒരു മുൾച്ചെടിപ്പൊന്തയ്ക്കു പിന്നിൽ കുന്തിച്ചിരുന്നു. ഒരു ഉരുളൻകല്ല് കൈയിലെടുത്തു. എവിടെയെങ്കിലും അനക്കമുണ്ടോ എന്നു ശ്രദ്ധിച്ചു.

ശ് ശ് ശ്ലൂ...

മുന്നിലെ പൊന്തയിൽനിന്ന് രണ്ടു മാക്കാൻകുഞ്ഞുങ്ങൾ ഓടിപ്പോകുന്നു. കുട്ടൻ അനങ്ങാതെ നാലുപാടും നോക്കി. തള്ളമാക്കാൻ അടുത്തെവിടെയോ ഉണ്ട്. ഏതായാലും ഓടി രക്ഷപ്പെടാനാവില്ല. മാക്കാന്റെ മുന്നിലേക്കാവും ചെല്ലുന്നത്.

ഉരുളൻ കല്ല് കൈയിലിട്ടുരുട്ടി. പൊന്തയിലിരുന്ന് ചുറ്റും നോക്കി.

ശ്... ശ്- ഒരു ശബ്ദം. അടുത്തുനിന്ന് തന്റെ മുന്നിലെ കുറ്റിപ്പൊന്തയിൽ കുനിഞ്ഞു നോക്കി.

തുറിച്ച് ഉരുണ്ട രണ്ടു കണ്ണുകൾ തിളങ്ങുന്നു. വട്ടമുഖം. കുറ്റിച്ചെവികൾ. വായ് പിളർന്നിട്ടുണ്ട്. വലിയൊരു പൂച്ചയുടെ മുഖം. പൊന്തയിൽ നിന്നൽപ്പം മാറിക്കിട്ടിയാൽ ഇപ്പോൾ ചാടും എന്നുതോന്നിപ്പിക്കുന്ന ഇരുത്തം.

ചാടിയാൽ തന്റെ തലതന്നെ അവന്റെ വായിലായേക്കും. ചിന്തിക്കുമ്പോഴേക്കും മാക്കാൻ ഉയർന്നു. കുട്ടൻ കൈവീശി ഉരുളൻ കല്ല് ഒറ്റ ഏറ്.

മലർന്നു പിറകോട്ട് വീണ മാക്കാൻ ഉരുണ്ടുപിരണ്ട് എഴുന്നേൽക്കുന്നു. ഒരു മരക്കമ്പൊടിച്ച് അവൻ മാക്കാനെ തല്ലി. അതിന്റെ കഴുത്തിനു പിടിച്ചു.

ങ്ഹിം ങ്ഹിം. അവൻ കൈമടക്കി മാക്കാന്റെ പള്ളയ്ക്കിടിച്ചു. ബ്ധും ശബ്ദമല്ലാതെ ഈ ജന്തുവിന് ഒന്നും പറ്റില്ലെന്നു കണ്ട ഘടോൽക്കചൻ മറ്റൊരു കല്ലെടുത്ത് മാക്കാന്റെ വായിലെ ഉരുളൻ കല്ലിന്നുമേടി. കൂടുതൽ കൂടുതൽ കല്ല് തറഞ്ഞുകയറി. വാ പിളർന്നു. കഴുത്തിൽ തുളഞ്ഞു കേറി.

അയ്യോ എന്റെ കുട്ടനെവിടെ? ഓനെന്തുപറ്റീ? – കുട്ടാ...!

ഹിഡുംബി മുറവിളികൂട്ടി ഓടിവന്നു. മാക്കാനെ മലർത്തിക്കിടത്തി വയറിന്ന് ഇടിച്ചുകൊണ്ടിരിക്കുന്ന മകനെ അവർ അത്ഭുതത്തോടെ നോക്കി. വലിയ വേടന്മാരും മൂപ്പന്മാരും ആ പുതുമ കണ്ടു.

“നീയൊരു ഉശിരൻ തന്നെയെടാ.” ഒരു മൂപ്പൻ പറഞ്ഞു.

“നീ ബലവാൻ തന്നെ. അച്ഛന്റെ മോൻ തന്നെ.”

മൂപ്പന്മാർ അവനെ അഭിനന്ദിച്ചു സംസാരിച്ചുകൊണ്ടിരുന്നു. പാതി ജീവനായിക്കിടക്കുന്ന മാക്കാനെ അവൻ പൊക്കിയെടുത്തു. തൊണ്ടയിൽ തറഞ്ഞ ഉരുളൻ കല്ല് അനങ്ങാതെയിരിക്കുന്നു.

വേടന്മാരും വേടത്തികളും അവനെ പൊക്കിയെടുത്ത് ആഹ്ലാദിക്കുമ്പോൾ ഘടോൽക്കചന്റെ കണ്ണുകൾ ചുറ്റും പരതി. ഓടിപ്പോയ മാക്കാൻ കുഞ്ഞുങ്ങൾ എവിടെയായിരിക്കും. തള്ളയില്ലാത്ത കുഞ്ഞുങ്ങൾ. ഒരു പക്ഷേ അവരുടെ അച്ഛൻ ജീവിച്ചിരിപ്പുണ്ടാവാം.

കുട്ടന്റെ മനസ്സിൽ അപ്പോഴും വലിയ മൂപ്പന്റെ വാക്കുകളായിരുന്നു.

“നീ ബലവാനാണെടാ. അച്ഛന്റെ മോൻ തന്നെ.”

ഒരു തമാശപോലെ, വേദനപോലെ അവൻ ആ വാക്ക് ഉരുവിട്ടു.

“അച്ഛൻ... അച്ഛൻ... അച്ഛന്റെ മോൻ.”

4

അച്ഛൻ

അവന്റെ തന്ത ആരാന്ന് നോക്കണ്ടേ?

വലിയ മൂപ്പന്റെ ശബ്ദം വീണ്ടും കേൾക്കുന്നതുപോലെ തോന്നുന്നു. അച്ഛൻ എവിടെ എന്ന ചോദ്യം മനസിൽ ഒരു ഭാരമായി അനുഭവപ്പെടുന്നു.

"ഇങ്ങനെ കണ്ണിൽക്കണ്ട മൃഗങ്ങളുമായി അങ്കംപിടിച്ച് വല്ല ആപത്തും പറ്റിയാൽ... കുട്ടാ ഈ അമ്മയ്ക്ക് ആരുണ്ടെടാ–"

മകന്റെ കഴിവിൽ അഭിമാനം തോന്നിയെങ്കിലും ഹിഡുംബി ഘടോൽക്കചനെ കെട്ടിപ്പിടിച്ചുകൊണ്ട് പറഞ്ഞു. തൊണ്ടയിടറിയിരുന്നു. കുട്ടന് ഒരു ഭാവമാറ്റവും കാണാതിരുന്നപ്പോൾ അമ്മ തുടർന്നു:

"നീയിങ്ങനെ പൊട്ടത്തരം കാണിച്ച് വല്ല ആപത്തും പറ്റിയാൽ മകനേ, ഞാൻ ഒരമ്പ് നെഞ്ചത്തുകുത്തി മല്ലീശരൻ മുടിയിൽനിന്ന് കീഴ്പ്പോട്ടുചാടും."

കുട്ടൻ അമ്മയുടെ നിറഞ്ഞ കണ്ണുകളിലേക്ക് നോക്കി. അവർ കണ്ട മകന്റെ കണ്ണുകൾക്ക് പ്രത്യേക തിളക്കം. ആ കണ്ണുകൾ കൂടുതൽ കൂടുതൽ വിടരുന്നു. ഹിഡുംബി സംശയിച്ചു. ഇവൻ എവിടെയാണിപ്പോൾ. തന്റെ മുന്നിൽ ആളുണ്ടെങ്കിലും മനസിവിടെയല്ല.

"കുട്ടാ..." ഹിഡുംബി വിളിച്ചു.

അവൻ ഞെട്ടിക്കൊണ്ടു അമ്മയെ വിളിച്ചു പറഞ്ഞു. "അമ്മാ, എന്റെ തന്തയെ അമ്മയ്ക്ക് കാണിച്ചുതരാൻ പറ്റോ? അമ്മയും കണ്ടിട്ടില്ലേ!"

"എന്തുചോദ്യമാണെടാ ഇതൊക്കെ. ഞാൻ നിന്റെ അപ്പനെ കണ്ടിട്ടുണ്ടോ എന്നോ? കാണാത്ത ഒരാളാണ് അച്ഛനെന്നോ? നീയിങ്ങനെ ഓരോ മണ്ടത്തരം പറഞ്ഞാലെങ്ങനാ കുട്ടാ."

ഘടോൽക്കചന്റെ തൊണ്ടയിടറി. അവൻ പറഞ്ഞു:

"എല്ലാവരും അച്ഛനെ കണ്ടിട്ടുണ്ട്. എനിക്കു മാത്രം കണ്ടുകൂടാ. ഉണ്ട് ഉണ്ട് എന്നു പറയുന്നത് നുണയായിരിക്കുമോ?

അച്ഛനെ കാട്ടുമാക്കാൻ കടിച്ച് ചോര കുടിച്ചു കൊന്നിരിക്കും അല്ലേ. എന്നാലമ്മക്കതങ്ങു പറഞ്ഞുകൂടെ..."

അമ്മയ്ക്കൊന്നും പറയാതിരിക്കാനായില്ല. "ഹും! കാട്ടുമാക്കാൻ കൊല്ലുകയോ. മാക്കാൻ പോയിട്ട് സിംഹത്തിനും ആയിരം വീര്യമുള്ള ആനകൾക്കുപോലും ആ ദേഹത്തൊന്ന് തൊടാനാവില്ല."

ഘടോൽക്കചന്റെ സ്വരമുയർന്നു.

"എന്നാലെന്താ അച്ഛനെന്നെ കാണാൻ വരാത്തെ?"

"വരും. അങ്ങോരു വരും. നിന്നെ കാണാൻ വരും..."

ഹിഡുംബി തന്നത്താൻ പറഞ്ഞു.

"ഉം ഹും! വരും വരും." ഘടോൽക്കചനും പ്രതിവചിച്ചു.

അമ്മയും മകനും കാര്യമായെന്തോ സംസാരിക്കുകയാണെന്ന് കരുതി ഏകലവ്യൻ മറഞ്ഞുനിന്ന് ശ്രദ്ധിച്ചു. ആദ്യമൊന്നും മനസിലായില്ലെങ്കിലും ഒടുവിൽ പറഞ്ഞതയാൾ വ്യക്തമായി കേട്ടു. ആരോടെന്നില്ലാതെ, കുട്ടനും ഹിഡുംബിയും കേൾക്കുമാറ് അയാൾ പറഞ്ഞു.

"ഉം വരും. വരും. അവരൊക്കെ വരും. അവരുടെ കാര്യം കാണാൻ വരും. ഒന്നുകിൽ കാട്ടാളനെ ഉപദ്രവിക്കാൻ. അല്ലെങ്കിലവനെ ഉപയോഗിക്കാൻ. അവരുടെ പെണ്ണുങ്ങളെ ഉപദ്രവിക്കാൻ."

വല്യമൂപ്പനമ്മാവൻ ദേഷ്യപ്പെട്ടാണ് പറയുന്നതെന്ന് ഘടോൽക്കചന് മനസിലായി. അവനമ്മയോട് ചോദിച്ചു.

"എന്താണമ്മേ മൂപ്പനമ്മാവൻ ദേഷ്യപ്പെട്ട് പുലമ്പണേ."

"വല്യമ്മാമന് നാട്ടുരാജാക്കന്മാരെന്ന് കേട്ടാൽ വല്യ കോപാണ് മോനെ. നാട്ടുകാർ കാട്ടിലുള്ള നമ്മുടെയൊക്കെ ശത്രുക്കളാണെന്നേ മൂപ്പര് പറയൂ. അവര് തരം കിട്ടിയാ നമ്മളെ ദ്രോഹിക്കും. വല്യമ്മാമൻ പറയണത് ശരിയാ. നീയ് നോക്കീട്ട്ണ്ടോ മൂപ്പരുടെ വലതുകൈയിന്റെ തള്ളവിരല്, നാട്ടുരാജാക്കന്മാര് ഒപ്പിച്ച വേലയാണത്."

കുട്ടൻ വല്യമൂപ്പനമ്മാമന്റെ കൈയിലെ വിരല് മുറിഞ്ഞതായി കണ്ടിട്ടുണ്ട്. ആദ്യമൊക്കെ ആ കൈയിൽ നാലുവിരലേ ഉണ്ടായിരിക്കു എന്നാണ് കരുതിയിരുന്നത്. പിന്നെ മുറിഞ്ഞതാണെന്ന് മനസിലായി. അമ്മ ആ സംഭവം മകനോടു പറഞ്ഞു.

"കണ്ടോ വല്യമുത്തപ്പന്റെ വലതുകൈയിന്റെ തള്ളവിരൽ. അത് നാടന്മാരുടെ ഗുരുനാഥന്റെ ചതിയാ. നിന്റെ അച്ഛന്റെ..."

ഒരബദ്ധം പറ്റിയപോലെ ഹിഡുംബിയമ്മ നിർത്തി.

"അപ്പോ ഏകലവ്യമ്മാവൻ എന്റെ അച്ഛനെ അറിയും അല്ലെ?"

അമ്മയ്ക്ക് മറുത്ത് പറയാനായില്ല. അവർ കുറച്ചിട നിശ്ശബ്ദയായി. പിന്നെ സ്വരംതാഴ്ത്തി പറഞ്ഞു.

"ഹും! അറിയ്യോന്ന്!"

അവർ അകത്തേക്ക് നോക്കിയിരിക്കുന്നു. കണ്ണുകൾ നിശ്ചലങ്ങളാണ്. എന്തോ ഓർത്തെടുക്കുകയാണ്. അവർ പറഞ്ഞു തുടങ്ങി.

"അവർ അഞ്ചാളുകളുണ്ടായിരുന്നു മോനെ. അവരടെ അമ്മത്തമ്പ്രാട്ടി കുന്തീദേവി തമ്പ്രാട്ടി."

അവർ കൈകൂപ്പി. വലതുകൈകൊണ്ട് നെറുകയിലും തലയിലും തൊട്ടു കണ്ണുകളടച്ചു തൊഴുതുനിന്നു.

ഇനി എപ്പോഴാണ് അമ്മ കണ്ണുമിഴിക്കുക എന്നറിയില്ല. ചിലപ്പോൾ അങ്ങനെയാണ്. ദിവസങ്ങളോളം കണ്ണടച്ച് ഒരേ ഇരിപ്പുതുടരും. ദിവസങ്ങളോളം ഉറങ്ങിയില്ലെന്നും വരും.

അമ്മയെക്കൊണ്ട് നിർത്തിവെച്ചേടത്തുനിന്ന് തുടങ്ങിക്കണം. എന്താണ് വഴി. ഘടോൽക്കചൻ അവരുടെ കൈത്തണ്ടയിൽ പിടിച്ചു

കുലുക്കി. പുറത്തു തട്ടി. തലയ്ക്ക് കൈവച്ച് ഇളക്കി. അനക്കമില്ല. കണ്ണടച്ചിരുന്ന് ധ്യാനിക്കുകയാണ്. അവൻ സൂക്ഷിച്ചുനോക്കി. ആ കണ്ണുകൾ നിറയുന്നുണ്ട്. അടഞ്ഞ കൺപീലികളിലൂടെ കണ്ണീരൊലിക്കുന്നു. അമ്മയുടെ മനസ്സ് എവിടെയൊക്കെയോ സഞ്ചരിക്കുകയാണെന്നവന് മനസിലായി. ആ സ്വപ്നത്തിൽ നിന്നവരെ ഉണർത്തുന്നത് ശാപം വരുത്തിവയ്ക്കലാവും. അവരുണരുന്നത് കാത്തിരിക്കുകതന്നെ.

അവൻ അമ്മയെ വിടാതെ നോട്ടം തുടർന്നു. അകലെ വള്ളിപ്പടർപ്പുകളിൽ കൊട്ടപ്പഴം തിരയുന്ന കൂട്ടുകാർ. മുള്ളിൻ പഴവും കൊട്ടപ്പഴവും തിരഞ്ഞെടുത്തു പറിക്കും. കൊട്ടപ്പഴം തൊണ്ടടർത്തിയാൽ തുടുതുടുത്തിരിക്കും. തൊണ്ടിപ്പഴമെന്നും കാട്ടുജാതിക്കാർ പറയും. പുളിപ്പും മധുരവും ചേർന്ന ഒരു രസമാണതിന്.

മുള്ളിൻപഴം രണ്ടുതരത്തിലുണ്ട്. വലിയ കാരമുള്ളുകളിലുള്ള പഴ

ത്തിന് സ്വാദ് കുറയും. ചെറിയതരം മുൾച്ചെടികളിലുള്ള പഴത്തിന് നല്ല മധുരമാണ്. കുരു തുപ്പിക്കളയണമെന്ന് മാത്രം.

മുൾച്ചെടികളും പുല്ലാനിവള്ളികളും കെട്ടുപിണഞ്ഞുകിടക്കുന്ന ചെടിക്കൂനയിൽ കയറി കൂട്ടുകാർ മുള്ളിൻപഴം പറിക്കുകയാണ്. തേവൻ, മാതേവൻ, ചിന്നൻ, ചിന്തു, മാത്തിരി. തേവനാണ് കൈയൂക്കും മിടുക്കുമുള്ളവൻ.

“ഡാ... തേവൻകുട്ടാ... ആ പൊന്തേല് പോക്കാൻ പൂച്ചണ്ടാവ്വടാ.”

ഘടോൽക്കചൻ വിളിച്ചു പറഞ്ഞു. തേവൻകുട്ടൻ അത് കാര്യമാക്കിയില്ല. അവൻ പറഞ്ഞു.

“അതൊക്കെ ഞങ്ങള് നോക്ക്യേർന്നൂടാ... അവിടെ പോക്കാനൂല്ല്യ. മാക്കാനൂല്ല്യ.”

ചെത്തിപ്പെണ്ണ് താഴത്തുനിന്ന് കൈയുയർത്തി. “ആ കൊട്ടപ്പയം എനിക്ക് ചായിച്ചുതായേ.”

“ഞങ്ങള് പൊട്ടിച്ചുതരാം. അനക്ക് താത്തിത്തരാനൊന്നും പറ്റില്യ. വേണെങ്കിൽ പുല്ലാനിവള്ളീല് പിടിച്ചുകേറിക്കോ.”

തേവൻ കാട്ടുവള്ളിയിൽ പിടിച്ചുകയറി. മഞ്ഞത്തോട് പൊട്ടി വിടർന്നുനിൽക്കുന്ന കൊട്ടപ്പഴക്കുല ആട്ടിക്കൊണ്ട് പറഞ്ഞു.

“ചാടിക്കോ കൊരങ്ങത്ത്യേ. കൊട്ടപ്പഴം ചാടിക്കടിക്ക്.”

ചെത്തിപ്പെണ്ണ് കൈയുയർത്തി ചാടി. തേവൻ ചെടിക്കൊമ്പ് ചെത്തി ചാടുമ്പോൾ താഴ്ത്തുകയും ഉയർത്തുകയും ചെയ്തു. അവൾ ചാടിച്ചാടി നിരാശയായി.

“എനിച്ചാ കൊട്ടപ്പയം പിടിച്ചാൻ തായേ.” അവൾക്ക് കരച്ചിൽ വന്നു. ഘടോൽക്കചൻ പതുങ്ങിപ്പതുങ്ങിവന്നു. തേവൻ കൊട്ടച്ചെടി താഴ്ത്തുന്ന തക്കം നോക്കി ഒറ്റച്ചാട്ടം. ഒരു പിടി പഴം അവന്റെ കൈയിൽ പോന്നു. പച്ചയും പഴുത്തതുമുണ്ടായിരുന്നു.

“ഹായ് ഹായ് എനിച്ച് കിട്ട്യേ. പോത്തൻ തേവൻ ഇളിഞ്ഞേ.”

ചെത്തിപ്പെണ്ണ് തുള്ളിച്ചാടി. തേവൻ അമളി പറ്റിയപോലെ താഴത്തേക്കിറങ്ങി.

“ചെത്തിപ്പെണ്ണിന് കാട്ടുമാക്കാൻ കൊട്ടപ്പയം കൊടുത്തേ.”

“മുണ്ടാതെ പോടാ തേവക്കട്ടെ, യ്യൊരു നാട്ടുമാക്കാൻ.”

“നാട്ടുമാക്കാൻ കാടൻ പൂച്ചയല്ലെടാ. കരിങ്കുട്ടാ.”

“അതേയോ. ഞാൻ വിചാരിച്ചു നീയാണെന്ന്.”

“ഞാനല്ലടാ. നാട്ടിന്ന് കാട്ട്ല് വന്ന മാക്കാൻ നിന്റച്ചനാ.”

“എന്താടാ പറഞ്ഞത്?”

കുട്ടന്റെ കണ്ണുകൾ ചുവന്നു. അവന്റെ ദേഹം വിറച്ചു. തേവന്റെ അടുത്തേക്ക് നീങ്ങി അവൻ പറഞ്ഞു.

“ഒന്നൂടെ പറേടാ ചുണയുണ്ടെങ്കിൽ”

തേവൻ പാട്ടുപോലെ പറഞ്ഞു.

“കാട്ടിലെ മാക്കാൻ കാട്ടുമാക്കാൻ

നാട്ടിലെ മാക്കാൻ കുട്ടന്റച്ഛൻ..."

ങ്ഹും...! കുട്ടൻ ചാടിപ്പിടിച്ചത് തേവന്റെ കഴുത്തിൽ. അവൻ കുതറിമാറാൻ ശ്രമിച്ചെങ്കിലും കഴുത്തിലെ പിടി മുറുകുകയായിരുന്നു.

"ആരാടാ മാക്കാൻ"

"എനിക്ക് അറീല്ല്യോ. ഇല്ല്യോ..."

ഘടോൽക്കചന്റെ ചോദ്യവും തേവന്റെ നിലവിളിച്ചുകൊണ്ടുള്ള ആരവവും ഉയർന്നുകേട്ടു. കുട്ടൻ കഴുത്തുപിടിച്ച് മുന്നോട്ടും പിന്നോട്ടും ആട്ടി.

"ഓനെ കൊല്ലല്ലേടാ കുട്ടാ–" കുട്ടികൾ വിളിച്ചുപറഞ്ഞു.

കുട്ടൻ എല്ലാവരെയും നോക്കിപ്പറഞ്ഞു.

"ഇത്തിരി തണ്ടുംതടീംണ്ട്ന്ന്വെച്ച് തോന്ന്യാസം കളിക്ക്യാ. പൊണ്ണൻ."

"ഹയ്യോ..." തേവൻ പിറകോട്ടുമറിഞ്ഞു.

"മാക്കാന്റെ ചെക്കാ–" അവനുറക്കെ വിളിച്ച് ഓടി.

കുട്ടൻ പിറകെ ഓടാൻ ശ്രമിച്ചെങ്കിലും ചെത്തിയും മാതിരിയും തടഞ്ഞു.

"വേണ്ടടാ കുട്ടാ. അന്തല്യാത്ത ചെക്കൻ പേടിച്ചോട്ണ കണ്ടില്ലേ. ഉശിര് തീരല്യാത്തോനാ."

കുട്ടൻ പിൻവാങ്ങി. അവൻ തലകുനിച്ച് നടന്നു. തേവൻ ഇനി പറയില്ല്യോ എന്ന് നിലവിളിച്ചു ഓടിയെങ്കിലും അവന്റെ മനസിലെന്തൊക്കെയോ ഉണ്ടല്ലോ. നാട്ടിൽനിന്നു കയറിവന്ന മാക്കാൻ എന്ന ആക്ഷേപം മറക്കാൻ പറ്റുന്നില്ല.

കൂട്ടുകാരെല്ലാം കളിയാക്കുന്നതറിയാറുണ്ട്. ഭയന്ന് അധികമാരും തന്നെ കേൾപ്പിച്ച് പറയാറില്ലെങ്കിലും. പെരുന്തോടൻ, പെരുവയറൻ, പിണ്ടിക്കാലൻ എന്നൊക്കെ പറയുന്നത് സഹിക്കാം. നാട്ടുമാക്കാന്റെ മകൻ എന്നത് വല്ലാത്ത നൊമ്പരമുണ്ടാക്കുന്നു.

നായാട്ടും തീറ്റയുമെല്ലാം കഴിഞ്ഞ് വനവേടർ മയങ്ങുന്ന സമയം. കുട്ടൻ ഏകലവ്യ മൂപ്പന്റെ അടുത്തുകൂടി. അമ്മ അവനെ അടുത്തേക്ക് വിളിച്ചു. അവൻ ഒന്നുനോക്കി മുഖം തിരിച്ചു. കുടിലിനടുത്തു ചാഞ്ഞു കിടക്കുന്ന പുല്ലാനിവള്ളികൾക്ക് കീഴെ പച്ചിലകൾ ഒരുക്കിക്കൂട്ടി അതിനുമുകളിൽ മലർന്നു കിടക്കുന്ന ഏകലവ്യന്റെ അടുത്ത് ചെന്നിരുന്നു.

ഏകലവ്യൻ കണ്ണുമിഴിച്ചു നോക്കി. വീണ്ടും കണ്ണുചിമ്മി ചോദിച്ചു.

"കുട്ടൻ അമ്മേടടുത്ത് കിടക്കാത്തതെന്താ?"

അവൻ മറുപടിയായൊന്നും പറഞ്ഞില്ല. അവനെന്തോ കാര്യമായാലോചിക്കുകയാണെന്ന് വൃദ്ധന് തോന്നി. ഒരു തേങ്ങൽ അവനിൽനിന്നുയരുന്നത് ഏകലവ്യനറിഞ്ഞു. മൂപ്പനമ്മാവായെന്നും വല്യമൂപ്പമാമായെന്നും തന്നെ മാറി മാറി വിളിക്കുന്ന കുട്ടൻ.

"എന്താ കുട്ടാ നിന്റെ വിഷമം! ആ തേവൻ പറഞ്ഞത് കേട്ടിട്ടാണോ. അതൊന്നും കാര്യമാക്കേണ്ടടാ. അവനേക്കാൾ എത്രയോ ഏറെ ശക്തനാണെടാ നീ. കുട്ടികൾക്കെന്നല്ല വലിയവർക്കും നിന്നെ പേടിയും ബഹുമാനവുമാണ്."

“എന്നെ പേടിക്ക്യേ. അത്ര പോക്കിരിയാണോ ഞാൻ. കുട്ടിയായ എന്നെ ആരാ ബഹുമാനിക്കണത്. മൂപ്പനായ വല്യമാമ എന്നെ കളിയാക്കാണ് അല്ലേ?”

“അല്ല കുട്ടാ. നിനക്കെന്താ എന്നേം സംശയമായോ? ഞാനുണ്ടോടാ എപ്പളേങ്കിലും നിന്നെ ഏമാത്തീട്ട് – ആട്ടെ അനക്കെന്താപ്പൊ ഒരു വല്ലായ്മ.”

“എനിക്കെന്റെ അച്ഛനെ കാണണം.” ഘടോൽക്കചൻ പെട്ടെന്ന് പറഞ്ഞു.

“ഉം...” വൃദ്ധൻ മുക്കിമൂളി എഴുന്നേറ്റിരുന്നു. സാവകാശം പറഞ്ഞു:

“നിനക്ക് കാണണമെങ്കിൽ കാണാം. കാണിച്ചുതരാം. അകലേ നിന്നേ കാണാൻ പറ്റൂ. അച്ഛാ എന്നൊന്നും വിളിച്ചു പോകരുത്. അവര് നാട്ടിലെ രാജാവാവാൻ പോണോരാ. നിന്റെ വിളി അവർക്കിഷ്ടമാവില്ല. അച്ഛനിഷ്ടമായാലും മറ്റുള്ളോർക്കത് പിടിക്കില്ല.

നിനക്ക് അച്ഛനെ കാണാൻ പറ്റുന്ന ഒരു കാലമുണ്ടാവും. അവര് നിന്നെ വന്ന് വിളിച്ച് തേരിലേറ്റിക്കൊണ്ടുപോവും. ആ കാലം വരാൻ നമുക്ക് കാത്തിരിക്കാം. അതുവരെ നമുക്ക് ക്ഷമിച്ചിരിക്കാം.”

“എന്നാലും എനിക്കെന്റെ അച്ഛനെ ഒന്നു കാണിച്ചുതരികയെങ്കിലും വേണം. കണ്ടാൽ മാത്രം മതി. കൂട്ടുകാരൊക്കെ അച്ഛന്റെ കാര്യം പറയുമ്പൊ ഞാനെന്റെ അച്ഛനെ കണ്ടിട്ടേയില്ലെന്ന് പറയണോ ഇനിയും.”

കുട്ടന്റെ കണ്ണുകൾ നിറഞ്ഞു. വാക്കുകളിൽ ഗദ്ഗദമുണ്ടായി.

ഏകലവ്യന്റെ മനസിന് ഒരിളക്കമുണ്ടായി. കുട്ടൻ പറയുന്നത് കാര്യമാണ്. ബാലമനസിന്റെ ശാപം മഹാശാപമാണ്. വൃദ്ധന്റെ മനസ്സ് തളർന്നു. അവരെ കാണിച്ചുകൊടുത്തേക്കാം.

പാണ്ഡവന്മാരും അവരുടെ അമ്മ കുന്തീദേവിയും വേഷംമാറി കാട്ടിൽക്കൂടി നടക്കുന്നുവെന്ന വിവരമറിയാം. ഒരു ഭാഗത്ത് ഒളിഞ്ഞിരുന്ന് അവരെ ഘടോൽക്കചന് കാണിച്ചുകൊടുക്കാം. വികൃതിച്ചെക്കനാണ്. കൈകുതറി പിടിവിടുവിച്ച് അച്ഛാ എന്ന് വിളിച്ച് ഓടിയാലെന്തു ചെയ്യും.

വൃദ്ധൻ വിഷമത്തിലായി.

ഏകലവ്യന് അവരുടെ കാര്യങ്ങൾ ഓർക്കുമ്പോൾത്തന്നെ ഒരുതരം വിറയലാണ്. തന്റെ നല്ല ജീവിതം നശിപ്പിച്ചവരാണവർ. എല്ലാം ഓർക്കുമ്പോൾ കിതപ്പുകൂടുന്നു.

ഏകലവ്യവൃദ്ധന്റെ എല്ലിൻകൂട് ഉയരുകയും താഴുകയും ചെയ്തു. നിലാവിൽ തന്റെ മുന്നിലിരിക്കുന്ന മൂപ്പനെ കുട്ടൻ ഇമവെട്ടാതെ നോക്കി.

രണ്ടുപേരുടെയും കണ്ണുകളിലെ തിളക്കം അവരന്യോന്യം കാണുകയായിരുന്നു.

5

അസ്ത്രവിദ്യ തേടി

അന്ന് എനിക്ക് നിന്റെ പ്രായമായിരുന്നു കുട്ടാ. തെവിടിച്ചിക്കമ്പു കൊണ്ട് ചാപമുണ്ടാക്കും. ഇല്ലംകെട്ടിവള്ളികൊണ്ട് ഞാണും. മുളയുടെ അലകുകൾകൊണ്ട് അസ്ത്രങ്ങളുണ്ടാക്കും. തല ചെത്തിക്കൂർപ്പിക്കും. പാറപ്പുറത്തുരച്ച് മൂർച്ച വരുത്തും. മുളയുടെ കുറ്റി വെട്ടിയെടുത്ത് അമ്പുകൾ നിറയ്ക്കും.

അമ്പും വില്ലുമായി കാട്ടിലൂടെ നടക്കും.

എനിക്കുമുണ്ടായിരുന്നു കൂട്ടുകാർ. ശരൻ, ദുലവൻ, മാലി എന്നിവരൊക്കെ അമ്പുംവില്ലും പ്രയോഗിക്കാൻ മിടുക്കരായിരുന്നു. ചെറുമരങ്ങളുടെ തലയ്ക്കും കുറ്റിച്ചെടികളിലും അമ്പെയ്തു ശീലിക്കും. തേക്കിന്റെ വലിയ ഇലകളുടെ ഞെട്ടി അമ്പെയ്ത് മുറിക്കും.

ഞങ്ങളങ്ങനെ നടന്നു. കുന്നിറങ്ങി ഒരു മൈതാനത്തിന്റെ അടുത്തെത്താറായപ്പോൾ മതിലുപോലെ വളർന്ന പൊന്തകൾക്കപ്പുറത്തുനിന്ന് ചില ശബ്ദങ്ങൾ. കുറച്ചുപേർ ആരെയോ അമ്പെയ്ത്തിൽ അഭിനന്ദിക്കുന്ന ശബ്ദം.

"ബലേ ഭേഷ്."

"ഇനി ആർക്കാ ഇതുപോലെ അസ്ത്രം തൊടുക്കാൻ പറ്റ്വാ?"

"നോക്കിൻ." ഓരോരുത്തരായി അമ്പെയ്യുന്ന ശബ്ദം. വായുവിൽ സീൽസിൽ ശബ്ദമുയരുന്നു.

"എനിക്ക് വയ്യ. എനിക്ക് വയ്യ." ഓരോരുത്തരായി പറഞ്ഞൊഴിയുന്നു.

"മതി മതി." ഒരു കനമുള്ള ശബ്ദം. "ഇനി അവസാനമായി അർജുനൻ അസ്ത്രമെയ്യട്ടെ."

"അതുമതി അതുമതി." എല്ലാവരും ചേർന്നു പറയുന്നു. ഞാൻ കുനിഞ്ഞു കുനിഞ്ഞ് മൈതാനത്തിനടുത്ത് വൻ തേക്കുമരത്തിന്റെ മറവിലെത്തി. എല്ലാം നോക്കിക്കണ്ടു.

ഉയർന്ന ഒരു മരക്കുറ്റിക്കുമുകളിൽ മെലിഞ്ഞ ഒരു മനുഷ്യൻ നരച്ച താടി ഉഴിഞ്ഞുകൊണ്ടിരിക്കുന്നു. അദ്ദേഹത്തിന് പിന്നിലായി നിരന്നു നിൽക്കുന്ന ശിഷ്യന്മാർ. അഞ്ചുപേർ ഒരു ഭാഗത്തും കുറെയേറെപേർ മറുഭാഗത്തുമായാണ് നിൽപ്പ്. അവർ പത്തുനൂറ് പേരുണ്ടാവും.

ഗുരുനാഥൻ ചൂണ്ടിക്കാണിക്കുന്നു. അദ്ദേഹത്തിന്റെ കനമുള്ള ശബ്ദം ഉയരുന്നു.

"അതാ ആ തൈമാവിന്റെ പടിഞ്ഞാട്ട് നീണ്ടുനിൽക്കുന്ന കൊമ്പുകണ്ടോ. അതിന്റെ അറ്റത്തെ ഉയർന്ന ചില്ല നോക്കിൻ. ഒരുകൂട്ടം തളിരുകൾ മാത്രം കാണുന്നില്ലേ. ഇവിടുന്ന് നോക്കിയാൽ കാണുന്ന കവരത്തിൽനിന്ന് മൂന്നാമത്തെ ഒരു തളിര് ഞെട്ടറ്റു വീഴണം. മറ്റു തളിരുകൾ അറിയാനിടവരരുത്. ഇളകരുത്."

അദ്ദേഹം ശിഷ്യരെയെല്ലാം നോക്കി. ഒന്നുകൂടി ലക്ഷ്യം ആവർത്തിച്ചു. ശിഷ്യന്മാരിലൊരാളെ വിളിച്ചു.

"യുധിഷ്ഠിരാ, നോക്ക്."

അഞ്ചുപേരിലൊരാൾ എഴുന്നേൽക്കുന്നത് ഞാൻ കണ്ടു. അയാൾ നാലുപേരെയും നോക്കി. ഉടുവസ്ത്രം ശരിയാക്കി. വില്ലിനെ വണങ്ങി കൈയിലെടുത്തു. എല്ലാവരും തന്നെ ശ്രദ്ധിക്കുന്നുവെന്നറിഞ്ഞ യുധിഷ്ഠിരന് ചെറിയ പരിഭ്രമം. ധൈര്യം വിടാതെ അസ്ത്രം തൊടുത്തു. തളിരുകളുടെ കൂട്ടത്തിൽ അസ്ത്രം ചെന്നു. ഒന്നിലേറെ തളിരുകൾ മുറിഞ്ഞു.

പലരും ചിരിയടക്കി. നാലു സഹോദരന്മാരും തലതാഴ്ത്തി. നൂറു പേർക്കിടയിൽനിന്നൊരാൾ സ്വരം താഴ്ത്തി പറഞ്ഞു. "മൂപ്പരീ വേണ്ടാത്ത പണിക്ക് നിൽക്കണോ."

എനിക്കും അങ്ങനെ പറയാൻ തോന്നി. ശാന്തപ്രകൃതനായ മനുഷ്യൻ. അയാൾ ഒന്നും സംഭവിച്ചിട്ടില്ലെന്ന മട്ടിൽ നിന്നു. ഞാൻ കുറച്ചുകൂടി മുന്നോട്ടുനീങ്ങി പൊന്തയ്ക്കരികിൽ ഒളിച്ചിരുന്നു. അടുത്തയാൾ വരുന്നു. അടുത്തത് തടിയനായിരിക്കുമെന്നാണ് കരുതിയത്. അയാളെ മാറ്റിയാണ് കൊലുന്നനെയുള്ള കുട്ടി വില്ലെടുത്തത്. വില്ലെടുത്ത് കുലച്ചു. നാലുപാടും നോക്കി. പിന്നെ ചെടിയുടെ അറ്റത്തേക്കുതന്നെ നോക്കി കുറേ നേരം നിന്നു. ഞാനും നോക്കി. അയാളുടെ രണ്ടു കണ്ണുകളും ഒന്നാകുന്നതുപോലെ തോന്നി. കൃഷ്ണമണികൾ കൂർത്തുകൂർത്തുവരുന്നപോലെ തോന്നി. ആ മുഖത്തും ചെടിത്തലപ്പിലും മാറിമാറി നോക്കിയിരുന്ന ഞാൻ ഞെട്ടിയത് അയാളുടെ വില്ലിന്റെ ശബ്ദം കേട്ടാണ്. ച്ലും ശബ്ദത്തോടെ അസ്ത്രമുയർന്നു. തളിരുകളിലൊന്നിന്റെ ഞെട്ടറ്റു. മറ്റു തളിരുകൾപോലുമറിയാതെ ഒരു തൂവൽപോലെ അടർന്നുവീണു.

"അർജുനാ നീ തന്നെയാണ് വില്ലാളി." ആചാര്യൻ എഴുന്നേറ്റ് അർജുനന്റെ തോളത്തു തട്ടി. ചുറ്റും നോക്കി മറ്റുള്ളവരോടായി പറഞ്ഞു: "ആർക്കെങ്കിലും ഇതുപോലൊന്നു ചെയ്യാമോ?"

ആരും ഒന്നും പറയുന്നില്ല. ഗുരു പുതിയ പരീക്ഷണത്തെക്കുറിച്ച് പറയുന്നു.

തളിർത്ത ഒരു മന്ദാരച്ചെടി ചൂണ്ടിക്കാട്ടി അദ്ദേഹം പറഞ്ഞു: "ആ മന്ദാരം നോക്കിൻ. കുറേ ചെടികൾക്കിടയിലാണത്. അതിന്റെ നടുവിലെ വെള്ളപ്പൂവ് നോക്കിൻ. ചുറ്റുമുള്ള ചെടികൾക്കിടയിലൂടെ ബാണം പോയി മന്ദാരത്തിലെ ആ വെള്ളപ്പൂവിന്റെ ഞെട്ടിയറുക്കണം. ചുറ്റുമുള്ള പൂക്കളോ ഇലകളോ അറിയരുത്."

ഗുരുനാഥൻ പറഞ്ഞു നിർത്തി എല്ലാവരെയും നോക്കി. നൂറ്റവർക്കിടയിൽനിന്ന് മൂത്ത ആൾ മുന്നോട്ടുവന്നു. ചാപമെടുത്ത് അസ്ത്രമെടുക്കാൻ തയാറായി.

ഞാൻ കുനിഞ്ഞുനോക്കി. പൂ കാണുന്നില്ല. ചാഞ്ഞും ചരിഞ്ഞും നോക്കവെ കളത്തിൽനിന്നൊരു ചോദ്യം. "ആരാണത്?"

അവരാരോ എന്നെ കണ്ടിരിക്കുന്നു. ഞാൻ എഴുന്നേറ്റോടാൻ ശ്രമിച്ചു.

"ഏതാടാ കാടൻ കുട്ടി? നിൽക്കടാ അവിടെ."

ഉച്ചത്തിലുള്ള ആജ്ഞകേട്ട് ഞാൻ തിരിഞ്ഞുനിന്നു. ഓടിയാലവർ പിടിക്കും. കള്ളനാണെന്ന് കരുതി ഉപദ്രവിക്കും. എന്തിനു വെറുതെ ഭീരുത്വം കാണിച്ച് നാണംകെടണം.

"വാ." ഗുരുനാഥൻ എന്നെ മാടിവിളിച്ചു. എന്നേക്കൂടി അസ്ത്രവിദ്യ പഠിപ്പിക്കാൻ അദ്ദേഹം കൂട്ടുമോ എന്ന് ഞാൻ സംശയിച്ചു. ചോദിച്ചാൽ ആഗ്രഹം പറയണമെന്ന് തന്നെ കരുതി. പതുക്കെ തലകുനിച്ച് ഗുരുവിന്റെ അടുത്തേക്ക് നീങ്ങി.

"വാ." അദ്ദേഹം വിളിച്ചു. ആ തിളങ്ങുന്ന കണ്ണുകളെ നേരിടാൻ ധൈര്യമില്ലായിരുന്നു.

"നീ ഒരു വേടച്ചെക്കനല്ലെ?"

"ആന്നേ." ഞാൻ പേടിയോടെ പറഞ്ഞു.

ഗുരുനാഥൻ മുഖത്തെ താടിരോമങ്ങൾ രണ്ടുകൈകൊണ്ടും ഒതുക്കി. കനമുള്ള ശബ്ദത്തിൽ പറഞ്ഞു.

"നീ അസ്ത്രവിദ്യ കണ്ടുനിന്നുവെന്നെനിക്ക് മനസിലായി. ഒരു കുട്ടിയുടെ കൗതുകമല്ലേ. ക്ഷമിക്കാം. പക്ഷേ, അസ്ത്രവിദ്യയും ആയോധനശാസ്ത്രവും പഠിക്കാൻ പറ്റില്ല. കാട്ടില് കായും കിഴങ്ങും പറിച്ചുനടക്കുന്ന വേടനാണ് നീ. മുളങ്കമ്പുകൊണ്ടോ ചൂരൽകൊണ്ടോ അമ്പും വില്ലുമുണ്ടാക്കി ശീലിച്ചാൽ മതി."

"ഇത് ക്ഷത്രിയരാജകുമാരന്മാരുടെ കളരിയാണ്. അവിടെ നിനക്ക് കടക്കാനോ വിദ്യ അഭ്യസിക്കാനോ പറ്റില്ല. പാടില്ല. മനസിലായോ."

"ഉം." ഞാൻ മൂളിയത് ആരും കേട്ടില്ലെന്ന് തോന്നി. തലകുനിച്ചുകൊണ്ടുതന്നെ മടങ്ങി. അഞ്ചുപേരുടെ ഭാഗത്തുനിന്നൊരു ശബ്ദമുയർന്നു. "ഹും! അവന് മുഷ്ടിയുദ്ധം പഠിക്കണോ ആവോ. ഇങ്ങുവന്നാൽ ഒരൂട്ടം കാണിച്ചുകൊടുക്കാമായിരുന്നു. വേണോടാ വേടച്ചെക്കാ."

ഞാൻ അൽപ്പം ചരിഞ്ഞുനോക്കി, വേഗത്തിൽ മുന്നോട്ടു നടന്നു.

ഇടതുഭാഗത്തുനിന്ന് മറ്റൊരു ശബ്ദം ഞാൻ കേട്ടു.

"നീയെന്തിനാടാ വേടച്ചെറുക്കാ പേടിച്ചുപോണത്. അമ്പെയ്ത്തു കാണാന്ന് വെച്ചാ കണ്ടോ. പഠിക്കണന്നുവെച്ചാ–"

"കർണാ," ഒരാൾ വിളിക്കുന്നു. "ഗുരുവിന്റെ ഇഷ്ടം അതാണെന്ന് വെച്ചാ അവൻ പൊയ്ക്കോട്ടെ."

"സുയോധനാ," കർണൻ വിളിച്ചു. അയാൾ പറഞ്ഞു തുടങ്ങി. "ആ ചെക്കന് പഠിക്കാൻ താൽപ്പര്യമുള്ളതോണ്ടല്ലേ നമ്മുടെ അസ്ത്രവിദ്യ കണ്ടുവന്നത്. വിദ്യ നിഷേധിക്കുന്നത് ധർമമാണോ?"

ഞാൻ അവരുടെ വാദം കേൾക്കാനാഗ്രഹിച്ചില്ല. ഞാൻ കാരണം അവർക്കിടയിൽ ഒരഭിപ്രായവ്യത്യാസവും ഗുരുനിന്ദയും ഉണ്ടാവണമെന്ന് ആഗ്രഹിച്ചില്ല. ഗുരു രണ്ടുപേരോടും മറ്റെല്ലാവരോടുമായി പറയുന്നത് കേട്ടു.

"കർണാ, ദുര്യോധനാ – കുലം നോക്കി വേണം വിദ്യ നൽകാൻ. പാത്രമറിഞ്ഞു വേണം ദാനം ചെയ്യാൻ..."

ഇടതുഭാഗത്ത് വീണ്ടും ശബ്ദമുണ്ടായി.

"ആയുധവിദ്യക്കെന്തിനാ കുലം? അവനെ കണ്ടാൽ സാമർത്ഥ്യമുള്ളവനാണെന്നറിയാം. വിദ്യയിൽ താൽപ്പര്യമുള്ളവന് അത് നൽകേണ്ടതല്ലേ. അതല്ലേ ധർമം?"

അയാൾ ചുറ്റും നോക്കി. പറഞ്ഞത് ശരിയാണെന്ന ഭാവം എല്ലാവരുടെയും മുഖത്തുണ്ടായിരുന്നു. ഗുരുനാഥൻ അവനെ ഇടംകണ്ണിട്ടു നോക്കുന്നു. ദുര്യോധനൻ കർണന്റെ തോളത്തുപിടിച്ച് പിറകോട്ട് വലിച്ചു പറഞ്ഞു:

"പോട്ടെടോ കർണാ. കാര്യമെന്തായാലും അവനൊരു വേടക്കിടാത്തനല്ലേ. കാട്ടുജാതി. അവന്റെ വയറ്റുപ്പിഴപ്പിനുള്ള ആയോധനമൊക്കെ തന്തേം തള്ളേം പഠിപ്പിച്ചോളും. നമുക്കെന്ത് കാര്യം."

അവരുടെ വാഗ്വാദം അങ്ങനെ അവസാനിക്കുന്നുവെന്ന് മനസിലാക്കിയ ഞാൻ നടത്തത്തിന് വേഗം കൂട്ടി. കുറ്റിപ്പൊന്തകൾ നിറഞ്ഞ ചെറിയ കുന്നിൽ കയറി. അവിടെനിന്ന് അൽപ്പമകലെയായി ദ്രോണാചാര്യരെയും ശിഷ്യന്മാരെയും കാണാമായിരുന്നു. ഓരോരുത്തരായി അസ്ത്രം എയ്യുന്നതും പരസ്പരം മത്സരിക്കുന്നതും കാണാം.

ഞാൻ കുറേസമയം അവരെ നോക്കിനിന്നു. കഴിഞ്ഞ സംഭവങ്ങൾ മനസിൽനിന്ന് മായുന്നില്ല. ഒരു കാട്ടുജാതിക്കാരന് വയറ്റുപ്പിഴപ്പ് മാത്രം മതിയോ? ഞാനും ഒരാണല്ലേ. മനുഷ്യനല്ലേ. ആയുധവിദ്യക്കുപോലും കീഴ്ജാതി മേൽജാതി നോക്കേണ്ടതുണ്ടോ?

കൈത്തണ്ട പിടിച്ചു. കാൽ കുടഞ്ഞു. എന്തിന് മോശക്കാരനാവണം. കായും കിഴങ്ങും പറിച്ചുതിന്നുന്നവന് മെയ്‌വഴക്കം പാടില്ലെന്നോ.

എനിക്കൊരു വാശി കയറി. നീണ്ട ഒരു ചെന്തൂരിവടി ഒടിച്ചെടുത്തു. ഇലയും തലയും കളഞ്ഞ് പാറയിലുരസി വൃത്തിവരുത്തി. പടർന്ന് കയറുന്ന ഇല്ലംകെട്ടിവള്ളി പറിച്ചെടുത്തു. വടിയുടെ രണ്ടറ്റത്തും കെട്ടി വില്ലുണ്ടാക്കി. ഞാൺ വലിച്ചുനോക്കി. ഒന്നാന്തരം വില്ല്.

കാഞ്ഞിരത്തിന്റെ വടിവുള്ള കൊമ്പുപറിച്ച് അസ്ത്രമുണ്ടാക്കി.

രാജകുമാരന്മാർ എയ്യുന്നത് നോക്കി. ഗുരു പറയുന്ന താളവും ചുവടും കേൾക്കുന്നില്ല. മനസിലായ രീതിയിൽ എയ്തുനോക്കി. ലക്ഷ്യസ്ഥാനത്തെത്തി അസ്ത്രം തിരിച്ചുവരുന്ന വിദ്യ അത്ഭുതകരമായി തോന്നി. ഒന്നു തൊടുക്കുമ്പോൾ ലക്ഷ്യത്തിൽകൊള്ളുന്നത് ഒട്ടേറെ. ഇതെല്ലാം ദൂരത്തുനിന്ന് നോക്കിക്കാണാനേ പറ്റൂ എന്നോ.

എങ്ങനെയെങ്കിലും ഇതൊക്കെ പഠിച്ചേ തീരൂ. വനവാസികളിലും ഒരു സൈന്യനിരയുണ്ടാക്കണമെന്നായിരുന്നു മനസിൽ.

ഞാൻ കുന്നിറങ്ങി. ശബ്ദം കേൾക്കാവുന്ന ദൂരം നോക്കിനടന്നു. ഒരു പച്ചിലച്ചെടിപ്പടർപ്പിൽ കയറിയിരുന്നു. ഗുരുവിന്റെ സാധകമന്ത്രങ്ങൾ കേൾക്കാനുണ്ട്. രാജകുമാരന്മാർ ചെയ്യുന്ന അഭ്യാസമുറകൾ സൂക്ഷ്മ

മായി ശ്രദ്ധിച്ചു. കുറേശ്ശെ കൈകാലുകളനക്കി പരിശീലിച്ചു. കീഴെയുള്ള വള്ളികൾ പറിച്ചെടുത്ത് പിരിച്ചു കയറാക്കി ഒരു ചെടിക്കൊമ്പെടുത്തു വില്ലുണ്ടാക്കി. ഉണങ്ങിയ കൊള്ളിക്കോലെടുത്ത് അസ്ത്രമാക്കി. ഉയരമുള്ള തേക്കുമരത്തിന്റെ തുഞ്ചത്ത് കൈകൂപ്പിയപോലെ നിൽക്കുന്ന രണ്ടിലകൾ. അവയ്ക്കുള്ളിലെ തുടുത്ത തളിരില ലക്ഷ്യമാക്കി. ഇലകളിളകാതെ തളിരിലകളിലൊന്ന് താഴെ വീഴണം.

എയ്തുനോക്കി. തളിരിലകൾ മുറിഞ്ഞില്ല. ഇലകൾ ഇളകി. അസ്ത്രം തിരിച്ചുവന്നെങ്കിലും കൈയിലെത്തിയില്ല.

പോര. എനിക്ക് സ്വയം തോന്നി. ഇനിയും പഠിക്കണം. സാധകം ചെയ്യണം. എല്ലാം നോക്കിപഠിച്ച് രാത്രി മുഴുവൻ ഉറക്കമൊഴിച്ചു പരിശീലിക്കണമെന്നുറച്ച് ഞാൻ മടങ്ങി.

എല്ലാ ദിവസവും കളരിക്ക് സമീപമെത്തും. പുതിയ മുറകളും വായ്ത്താരിയും കേൾക്കും. മുഷ്ടിയുദ്ധം, ഗദായുദ്ധം എന്നിവയെക്കുറി

ച്ചറിഞ്ഞു. ഒന്ന് പരിശീലിക്കാൻ ഒരു ഗുരുവില്ലല്ലോ എന്ന് ഞാൻ ദുഃഖിച്ചു.

ഒരു രാത്രി അസ്ത്രവിദ്യ സ്വപ്നംകണ്ട് ഞാനുറങ്ങുകയായിരുന്നു. ആരോ എന്റെ മുന്നിൽനിന്ന് പറയുന്നു. ശൂചിശരം തൊടുക്ക്. ആ പക്ഷിയുടെ ഒരു കണ്ണിന് കൊള്ളട്ടെ.

ശരം തൊടുത്തതോടെ ഞാൻ ഞെട്ടിയുണർന്നു. കൈയിൽ അമ്പും വില്ലുമില്ല. നിലാവിലൂടെ പെയ്തിറങ്ങുന്ന മഞ്ഞിലൂടെ അകന്നുപോകുന്ന വെള്ളത്താടി. ദ്രോണാചാര്യർ തന്നെ...

പുലരുംമുമ്പ് ഞാൻ എഴുന്നേറ്റ് നടന്നു. സരയൂനദി ഉണർന്നിട്ടില്ലായിരുന്നു. ഞാൻ മണൽത്തിട്ടിൽ ചമ്രം പടിഞ്ഞിരുന്നു. ഒരുപിടി മണൽ വാരി ഉരുട്ടി. മനസിൽ ആചാര്യനെ ധ്യാനിച്ച് ഒരു രൂപമുണ്ടാക്കി.

ആ രൂപത്തിനുമുന്നിൽ സാഷ്ടാംഗം നമസ്കരിച്ചു. ഒരു പുതിയ ഉണർവുണ്ടായപോലെ തോന്നി. തണുത്ത കാറ്റ് മനസിൽ ചൂടുപകർന്നു.

ആറ്റിൻകരയിൽ നിന്നിരുന്ന ഒരു ഈറ്റ ഒടിച്ചെടുത്തു. നിലത്ത് പടർന്നുകിടന്നിരുന്ന വയറവള്ളി വലിച്ചെടുത്ത് വേരുകൾ പൊടിച്ചുകളഞ്ഞ് വില്ലുണ്ടാക്കി. ഈറ്റപ്പൊളി കൊണ്ടുതന്നെ അസ്ത്രവുമുണ്ടാക്കി.

ഗുരുവിനെ ധ്യാനിച്ച് ഒളിച്ചുകണ്ട അസ്ത്രവിദ്യകൾ മനസിലോർമിച്ചു. ഓരോ ദിശകൾ ലക്ഷ്യമാക്കി അസ്ത്രമെയ്തു. ലക്ഷ്യസ്ഥാനത്തെത്തി അവ കൈയിലേക്ക് തിരിച്ചുവന്നു. എടുക്കുമ്പോൾ ഒന്നും കൊള്ളുമ്പോൾ പത്തുംനൂറുമായി തോന്നിക്കുന്ന വിദ്യകൾ പ്രയോഗിച്ച് പ്രയോഗിച്ച് ശീലമാക്കേണ്ടതാണെന്നറിഞ്ഞു.

ചില ദിവസങ്ങളിൽ ഗുരുവിന്റെ കളരിമുറ്റത്തേക്ക് പാത്തും പതുങ്ങിയും ചെന്നുനോക്കി. സ്വന്തം രീതിയിൽ അസ്ത്രസാധകം ചെയ്തു.

കൂട്ടമായി നിൽക്കുന്ന മുളകളുടെ നടുവിൽ ആകാശത്തോളം ഉയർന്നു നിൽക്കുന്ന മുള എന്റെ ദൃഷ്ടിയിൽപ്പെട്ടു. അതിന്റെ അറ്റത്ത് ഒരു വണ്ണാത്തിപ്പുള്ള് ഇരുന്ന് ആടുന്നു. മുളത്തലപ്പ് ഉയരുകയും താഴുകയും ചെയ്യുന്നു.

മുളത്തലപ്പുയരുമ്പോൾ പുള്ള് മേലോട്ട് പറക്കും. ദൂരേക്ക് പറന്ന് ശക്തിയായി തിരിച്ചുവന്ന് മുളത്തുഞ്ചത്തിരിക്കുമ്പോൾ അത് താഴും. നാലഞ്ചുതവണ ഉയരുകയും താഴുകയും ചെയ്യുമ്പോഴേക്കും ചലിക്കാതാവും. വീണ്ടും പക്ഷി ഉയരത്തിലേക്ക് പറക്കും. ഞാൻ താഴത്തുണ്ടെന്ന് ഗൗനിക്കാതെയുള്ള കുഞ്ഞിക്കിളിയുടെ വിനോദം എനിക്കിഷ്ടമായില്ല.

മുളയുടെ തുഞ്ചം കിളി പറന്നുവരുംമുമ്പ് ഉയർന്ന് കിളി തെറിച്ചുപോണം.

ഞാൻ മനസിൽ കരുതി. പിന്നെ സംശയമായി. ഒരസ്ത്രംകൊണ്ട് മരത്തിന്റെ തല ഉയരുമോ? താഴ്ന്നുവരുന്ന കിളിയെ പിടിക്കണം. പറ്റുമോ?

ഈറ്റത്തണ്ട് അറ്റം പരപ്പിച്ച് ഒരു മൊട്ട അമ്പുണ്ടാക്കി. പുല്ലാനിച്ചെടിയിൽ മറഞ്ഞുനിന്നു; വണ്ണാത്തിക്കിളിയെയും മുളത്തലപ്പിനെയും ലക്ഷ്യമാക്കി.

പുള്ള് മേലോട്ട് പറന്ന് ശക്തിയിൽ താഴോട്ടുകുതിച്ചു. മുളത്തലയിൽ

വന്നിരുന്ന ഉടനെ അമ്പ് മുളത്തലപ്പിന് കൊണ്ടു. അടിയേറ്റപോലെ പുള്ള് മേലോട്ടുതെറിച്ചു. കറങ്ങിക്കറങ്ങി താഴേക്ക് വീണു.

വേണ്ടായിരുന്നുവെന്ന് എനിക്ക് തോന്നി. പതുക്കെച്ചെന്ന് അതിനെ കൈയിലെടുത്തു. പുള്ള് വാപൊളിച്ച് കിതയ്ക്കുന്നു. എനിക്ക് പാവം തോന്നി. പുള്ളിനെ ഒന്ന് കളിപ്പിക്കുക എന്ന ലക്ഷ്യമേ ഉണ്ടായിരുന്നുള്ളൂ. ജീവൻ നശിപ്പിക്കുക എന്ന തോന്നലേ ഉണ്ടായിരുന്നില്ല.

ഞാൻ താഴത്തുനിന്ന് ഒരു പെരുക് ചെടിയുടെ തളിരു പറിച്ചെടുത്ത് കശക്കി. ഒരുതുള്ളി നീര് പക്ഷിയുടെ വായിലിറ്റിച്ചു. കൈകൊണ്ട് തലയും കൊക്കും തടവി. പക്ഷി തല കുടഞ്ഞു. ചിറകു കുടഞ്ഞു. കൈയിൽനിന്ന് തെന്നി മുളങ്കൂട്ടത്തിലേക്ക് പറന്നു. പതുക്കെപ്പതുക്കെ മേലോട്ടു കയറി.

എനിക്ക് വല്ലാത്ത ഒരാശ്വാസം തോന്നി. കിളി മുകളിലേക്ക് മുകളിലേക്ക് ഉയരുന്തോറും ഹൃദയം സന്തോഷംകൊണ്ട് തുടിച്ചു.

പിന്നിൽ കരിയിലകൾ അനങ്ങുന്നത് കേട്ട് ഞാൻ ഞെട്ടിത്തിരിഞ്ഞു. മൺപുറ്റിനടുത്ത് ഒരാളെന്നെ നോക്കി നിൽക്കുന്നു. ഒരു വെളുത്ത തടിമാടൻ യുവാവ്. പാണ്ഡവന്മാരിലെ മധ്യമൻ. ഗുരുവിന്റെ കളരിയിൽ കണ്ട അതേ രൂപം.

ഒരു മൽപ്പിടുത്തമോ അസ്ത്രവിദ്യയോ ഗദായുദ്ധമോ വേണ്ടിവരും. ഞാൻ മറ്റൊന്നും ആലോചിച്ചില്ല.

ഇന്നാ പിടിച്ചോ–

ഒറ്റ ഓട്ടം.

6

അമ്പുകൊണ്ട പക്ഷി

"എന്താടാ ചെക്കാ നീയ് ആലോചിച്ചുകൊണ്ടിരിക്കണ്."

വലിയ മൂപ്പൻ ചോദിക്കുന്നതു കേട്ട് ഞാൻ ഞെട്ടി. എന്റെ ആലോചനയും ഇരിപ്പും കാട്ടുകുടുംബങ്ങളിൽ സംസാരവിഷയമായെന്ന് മനസിലായി. എപ്പോഴും പുതിയ അസ്ത്രവിദ്യയെക്കുറിച്ചായിരുന്നു ആലോചന. പുതിയ ആയോധനമുറകളെക്കുറിച്ചാലോചിച്ചു. ഗുരുവിന്റെ വാക്കുകൾ ഊഹിച്ചെടുക്കാനാകുന്നില്ല.

ഗുരുവാക്യങ്ങളും ശിഷ്യരുടെ പയറ്റുകളും മനസിൽ ധ്യാനിച്ചു നടത്തുന്ന അഭ്യാസങ്ങൾ ആരെങ്കിലും കണ്ടാൽ ഭ്രാന്ത് കാട്ടുകയാണെന്നേ തോന്നൂ. ഇടത്തുമാറി വലത്തൊഴിഞ്ഞ്, ഇടത്തൊഴിഞ്ഞ് വലത്തുമാറി, മുന്നോട്ടാഞ്ഞ് പിന്നോട്ടുമാറി അമ്പും വില്ലുമായി വെക്കേണ്ട ചുവടുകൾ യുദ്ധമുറയുടേതായിരുന്നു.

എന്റെ ഒറ്റയ്ക്കിരിപ്പും നടപ്പും കുടുംബങ്ങളിൽ സംസാരമായി. എന്തുപറ്റിയെന്ന് മൂപ്പന്മാരും കൂട്ടുകാരും മാറിമാറി ചോദിച്ചു. പയറ്റും ഗുസ്തിയും പഠിപ്പിക്കുന്ന മൂപ്പന്മാർ കാട്ടിലുമുണ്ടായിരുന്നു. അവരും എന്നെക്കുറിച്ചു പറഞ്ഞുതുടങ്ങി.

അച്ഛന്റെ ചെവിയിലും എന്നെക്കുറിച്ചുള്ള ആക്ഷേപമെത്തി. നായാട്ടുകഴിഞ്ഞ് ചുട്ട മുയലിറച്ചിയും തേനടയും കൂട്ടിയുരുട്ടിക്കഴിച്ച് ഒരു മയക്കം കഴിഞ്ഞുണർന്ന് അച്ഛൻ വിളിച്ചു.

"ഡാ... ഇവിടെ ഇങ്ങട്ടുവാ."

ഞാൻ അച്ഛന്റെ മുന്നിൽ നിന്നു. അദ്ദേഹം കനമുള്ള ശബ്ദത്തിൽ ചോദിച്ചു.

നെനക്കെന്താ വല്ല പേടീം ബാധിച്ചോ. നരിയെയോ കരടിയെയോ കണ്ടോ.

എനിക്ക് ചിരി വന്നു. കരടിയെയും നരിയെയും കണ്ടാൽ പേടിക്കാ

റില്ലെന്ന് അച്ഛനറിയുന്നതാണ്. പിന്നെ ഇങ്ങനെ ചോദിക്കുന്നത് പരിഹസിക്കാനാണ്.

ഞാൻ കാര്യം പറഞ്ഞു. നാട്ടുതമ്പുരാൻകുട്ടികൾ കളരി പഠിക്കുന്നത് ഒളിഞ്ഞുനോക്കിയത്. അവരുടെ അസ്ത്രവിദ്യകൾ പഠിക്കാൻ ശ്രമിക്കുന്നത്. ചിലതെല്ലാം പഠിച്ചുവെന്ന് കരുതുന്നത്. എല്ലാം.

അച്ഛൻ എഴുന്നേറ്റുനിന്നു. വില്ലുകുലയ്ക്കുന്നതിലും അസ്ത്രം തൊടുക്കുന്നതിലും ഭേദം കവണയാണ് എന്ന അഭിപ്രായമാണദ്ദേഹത്തിന്. അതുകൊണ്ടുതന്നെ അസ്ത്രവിദ്യയെക്കുറിച്ച് അദ്ദേഹത്തിനത്ര മതിപ്പില്ല.

“എടാ ലവ്യാ, കാട്ടിലുള്ളോർക്ക് കാട്ടിലെ വിദ്യ. നാട്ടുതമ്പ്രാക്കൾക്ക് ഓരടെ വിദ്യ. അതുപോരേ—?”

“മൃഗങ്ങളെ വേട്ടയാടാനും അവരുടെ ആക്രമണം തടയാനും നമ്മുടെ മുട്ടമ്പുകൾ മതിയാകും. പിന്നെ കല്ലും കവണയും ധാരാളമാണ്. നാട്ടുമനുഷ്യന്റെ അടവുകൾ ചതിയാണ്. നേരിട്ടുള്ള ആക്രമണത്തേക്കാൾ സൂത്രപ്പണിയാണവര് ചെയ്യുക. നാട്ടുമനുഷ്യർ ചതിയരാണ്.”

ഞാൻ തലകുനിച്ച് എല്ലാം കേട്ടു. അച്ഛന്റെ വാക്കുകൾ ശരിയായിരിക്കാമെന്ന് ഞാൻ കരുതി. എങ്കിലും ദ്രോണാചാര്യൻ ചതിയനാണെന്ന് കരുതാൻ എനിക്ക് മടിയായിരുന്നു. ചതിയരോ ദുഷ്ടരോ ആകാം, അദ്ദേഹത്തോടൊപ്പമുള്ളവർ. അവർക്കു വേണ്ടിയാകാം അന്ന് കളരിയിൽ കയറ്റാതിരുന്നത് എന്നെനിക്ക് വ്യക്തമായിരുന്നു.

ഞാൻ മിണ്ടാതെ നിൽക്കുന്നത് കണ്ടാകാം അച്ഛൻ തുടർന്നു. “നമ്മൾ കാട്ടിൽ ജനിച്ചവർ നാട്ടിലെ മനുഷ്യരെപ്പോലെയാവരുത്. ആവാൻ ആഗ്രഹിക്കയുമരുത്. അവർ കാട് ആക്രമിക്കും. നമ്മളെ ഉപദ്രവിക്കും. അവരുടെ കാര്യങ്ങൾക്ക് നമ്മളെ വിളിക്കും. കാര്യം കഴിഞ്ഞാൽ ആട്ടിയോടിക്കും.”

“കുട്ടാ, നാട്ടുമനുഷ്യരുടെ പഠിപ്പ് നമുക്ക് വേണ്ട. അതുകൊണ്ട് ഇനി അങ്ങോട്ടൊന്നും നീയ് പോണ്ട.”

“താഴ്ന്നവരെ വിദ്യ അഭ്യസിപ്പിക്കരുത് എന്നാണവരുടെ വിശ്വാസം. പോ... പോയിക്കിടന്നുറങ്ങ്.”

ഞാൻ നിരാശനായി. ഇനി അഭ്യാസം നടക്കുന്നിടത്തു ചെന്നുകൂടാ. അച്ഛനും മൂപ്പന്മാരും കണ്ടുപിടിച്ചാൽ തല്ലും. നാടന്മാരോടാണ് കൂറെന്ന് കുറ്റപ്പെടുത്തും.

പ്രഭാതത്തിന് മുമ്പെ എഴുന്നേറ്റു. ചാളകളിലൊന്നും അനക്കമില്ല. മലഞ്ചെരിവിലൂടെ നടന്നു. അകലെ വായ്ത്താരികൾ കേൾക്കാനുണ്ട്. അസ്ത്രങ്ങൾ വായുവിൽ തുളച്ചുകേറുന്ന ശീൽശബ്ദങ്ങൾ. കാലുകൾ അങ്ങോട്ടുതന്നെ നീങ്ങി.

കളരിക്ക് ഒരു വിളിപ്പാടകലെ വലയംചെയ്ത പൊന്തയിൽ ഒരു കല്ലിൽ കയറിനിന്നു. പതിവുപോലെ ഗുരു വീതിയുള്ള ഒരു മരക്കുറ്റിയിലിരിക്കുന്നു. ശിഷ്യന്മാർ രണ്ടുഭാഗത്തായി നിൽക്കുന്നു. ഓരോരുത്തരായി ഗുരുവിനെ തൊഴുത് കാൽക്കൽ കുമ്പിട്ട് വണങ്ങുന്നു.

ഞാൻ നല്ലവണ്ണം ഒന്നുനോക്കി തിരിഞ്ഞുനിന്നു. കണ്ണടച്ച് ഗുരുവിനെ മനസിൽ ധ്യാനിച്ചു. ആ രൂപം മനസിൽ പ്രതിഷ്ഠിച്ചു. ഇനി ഒരു കൃത്രിമരൂപം ഉണ്ടാക്കേണ്ട ആവശ്യമില്ല.

ഒരു മുളയുടെ അലകെടുത്ത് പാറയിലുരച്ചു മിനുസപ്പെടുത്തി. കാട്ടുവള്ളി പിരിച്ചു വലിച്ചുകെട്ടി. ഒരു ചെന്തൂരിമരത്തിന്റെ ചില്ലയൊടിച്ച് തൊലി കളഞ്ഞു വൃത്തിയാക്കി. അറ്റം കല്ലിലുരച്ച് കൂർപ്പിച്ചു. പച്ചമരമാണ്. മുനയാകുന്നില്ല. ഒരു മൊട്ടയമ്പാകട്ടെ എന്നുറച്ചു.

ഇലകൾക്കിടയിലായി ഒരു മൂങ്ങയിരിക്കുന്നതു കണ്ടു. പടർന്ന് പന്തലിച്ച വേങ്ങമരത്തിന്റെ കവരത്തിൽ സുരക്ഷിതയായിരിക്കുന്ന മൂങ്ങ ഇടയ്ക്ക് വെളിയിലേക്ക് നോക്കും. വല്ല കൊച്ചുപ്രാണികളോ പക്ഷിക്കുഞ്ഞുങ്ങളോ ഉണ്ടോ എന്ന അന്വേഷണമാണ്. കാക്കകളെങ്ങാനും വരുമോ എന്ന ഭയവുമുണ്ട്. കാക്കകൾ പകൽസമയത്ത് കൂമനെക്കണ്ടാൽ കൊത്തിയകറ്റും.

എന്നെ കാണാതെ കൂമൻ അനങ്ങാതിരിക്കുന്നു. തളിർത്തൊരു കാഞ്ഞിരമരത്തിന് മാറി കൂമനെ നോക്കിനിന്നു. പച്ചിലകൾക്കിടയിൽ നിന്ന് കൂമനെ വേർതിരിച്ചു കാണുന്നില്ലായിരുന്നു. ചുറ്റുപാടും നോക്കുമ്പോൾ മാത്രം ഒരു മിന്നാട്ടം കാണാം.

ഞാൻ കാഞ്ഞിരമരത്തിന്റെ ഇടയിലൂടെ അമ്പുചൂണ്ടി. ഒരു പ്രാവശ്യം കൂമൻ വെളിയിലേക്ക് നോക്കവെ അമ്പുവിട്ടു.

'ക്വ' എന്നൊരു ശബ്ദം. അമ്പ് കൂമനെയും കൊണ്ടുയർന്നു. അസ്ത്രം തിരിച്ചുവരവെ മൂങ്ങ നിലത്ത് കറങ്ങിക്കറങ്ങി വീണു.

ഞാൻ ഓടിച്ചെന്നു. കൂമൻ ചത്തിരിക്കയില്ലെന്നൂഹിച്ചതാണ്. മൊട്ടമ്പുകൊണ്ട് മുറിയാറില്ലല്ലോ. ബോധമില്ലാതെ വീണാൽ എടുത്ത് രക്ഷിക്കണമെന്നുറച്ച് അടുത്തുചെന്നു.

ക്വ ക്വ ക്വ... എന്ന ശബ്ദം അടുത്ത ആഞ്ഞിലിമരത്തിൽനിന്നു കേട്ടു. അകലേനിന്ന് രണ്ട് കാക്കകൾ പറന്നുവന്നു. കൂമൻ ചത്തോന്ന് നോക്കലാണ് കാക്കകളുടെയും ഉദ്ദേശ്യം.

ഞാൻ ചാപംകൊണ്ട് കൂമനെ ഇളക്കി. അത് ചിറകിളക്കി. ആഞ്ഞിലിമരത്തിൽ അതിന്റെ ഇണയാണ് ശബ്ദമുണ്ടാക്കിയത്.

ഞാൻ കൂമനെ ആഞ്ഞിലിമരത്തിന്റെ കവരത്തിൽ കയറ്റിയിരുത്തി. കാക്കകളെ ആട്ടിയകറ്റി.

"എന്താ കൂമനോട് കാക്കകൾക്ക് ദേഷ്യം?"

കുട്ടൻ ചോദിച്ചു. തന്റെ വാക്കുകൾ ഘടോൽക്കചൻ ശ്രദ്ധിക്കുന്നുണ്ടെന്ന് അദ്ദേഹത്തിന് മനസിലായി.

"പക്ഷികളിൽ രാത്രിരാജാവെന്നും പകൽരാജാവെന്നും രണ്ടുപേരുണ്ട്. പകൽരാജാവ് ഗരുഡൻ. രാത്രിരാജാവ് കൂമൻ. കൂമൻ പകൽ മുഴുവൻ രാത്രിയാകുന്നത് കാത്തിരിക്കും. മിക്കവാറും കണ്ണുചിമ്മിയായിരിക്കും ഇരുപ്പ്. ഇടയ്ക്ക് വല്ല പാപ്പാത്തികളും പറന്നുവന്നാൽ കൊത്തിയെടുക്കും. കാക്കകൾ പകൽസമയത്ത് കൂമനെ കൊത്തിയകറ്റും."

"അതെന്താ?"

കുട്ടൻ കഥ കേൾക്കാൻ തൽപ്പരനായി ചോദിച്ചു. ഏകലവ്യൻ കഥ തുടർന്നു:

കാട്ടിലെ പക്ഷികളെല്ലാം കൂടി ഒരു രാജാവിനെ തിരഞ്ഞെടുക്കാൻവേണ്ടി യോഗം ചേർന്നു. ഗരുഡനും കൂമനുമായിരുന്നു സ്ഥാനാർഥികൾ.

അഭിപ്രായങ്ങൾ തുല്യമായെങ്കിലും കാക്ക ആരുടെയും പക്ഷം ചേരാതെനിന്നു. ഗരുഡനും കൂമനും കാക്കയോട് അവരുടെ പക്ഷംചേരാൻ അപേക്ഷിച്ചു. കാക്ക പറഞ്ഞു, "രണ്ടുപേരും തർക്കത്തിലല്ലേ. അതുകൊണ്ട് ഞാനാവാം പക്ഷിരാജാവ്."

ഒരു പക്ഷിയും അത് അംഗീകരിച്ചില്ല. തീരുമാനമാവാതെ വന്നപ്പോൾ കാക്ക ഗരുഡന്റെ പക്ഷം ചേർന്നു. ഗരുഡൻ പക്ഷിരാജാവായി. കൂമന് സഹിക്കാൻ കഴിഞ്ഞില്ല. കാക്കകളെ കണ്ടേടംവച്ച് കൂമൻ കൊത്തിയകറ്റും. രാത്രി കാക്കക്കൂടുകളിൽ പറന്നെത്തി കൊത്തിയകറ്റുകയും കൂടുകൾ മാന്തിപ്പൊളിക്കുകയും ചെയ്തുവരുന്നു.

പകൽ കൂമനെ പുറത്തുകണ്ടാൽ കാക്കകളും ഉപദ്രവിക്കുന്നു. ഗരു

ഡന്റെ കാര്യക്കാരനെപ്പോലെ കാക്ക പിന്തുടരുന്നത് കണ്ടിട്ടുണ്ടോ?

"കണ്ടപോലെ തോന്നുന്നു." കുട്ടൻ പറഞ്ഞു.

അതാണ് കാക്ക ഗരുഡന്റെ കാര്യസ്ഥനാണെന്ന് പറയുന്നത്. വിറകുവെട്ടിക്കാര്യസ്ഥന്മാർ.

ഘടോൽക്കചൻ മിഴിച്ചിരുന്നു. വിറകുവെട്ടിക്കാര്യസ്ഥന്മാരെന്നുള്ള പ്രയോഗം അവന് മനസിലായില്ല.

"നീയെന്താ കുട്ടാ, മിഴിച്ചിരിക്കുന്നത്?" ഏകലവ്യൻ ചോദിച്ചു.

"വിറകുവെട്ടി–" അവൻ മുഴുവൻ പറയുംമുമ്പ് ഏകലവ്യൻ ചിരിച്ചു. ങ് ഹ! വിറകുവെട്ടികളാരെന്നാലോചിച്ചു. അല്ലേ? കാര്യസ്ഥന്മാർ പല തരക്കാരുണ്ട്. നാട്ടുരാജാക്കന്മാർക്ക് വേണ്ടപ്പെട്ടവർ. എന്നാൽ രാജാവിന്റെ ഏറ്റവും അടുത്തവരും വിശ്വസ്തരുമാണെന്ന് സ്വയം നടിക്കുന്ന ചിലരുണ്ട്. രാജാവ് ഇരിക്കുന്നേടത്ത് നിൽക്കും. എന്തു പണിയും ചെയ്യും. കാൽ കഴുകിക്കൊടുക്കും. കഴുകിയ വെള്ളം കുടിക്കും.

"ഹും! നാണമില്ലാത്തവർ!" കുട്ടൻ പെട്ടെന്ന് പറഞ്ഞുപോയി. ഏകലവ്യന് ആ പ്രയോഗം ഇഷ്ടമായി.

"അതെ മോനെ. നാണമില്ലാത്ത ഒരു കൂട്ടം ജീവികളുണ്ട്. കാട്ടിലായാലും നാട്ടിലായാലും ഇത്തരക്കാർ ദാസ്യവേല ചെയ്യുന്നതിൽ അഭിമാനം കൊള്ളുന്നവരാണ്. പക്ഷികളിലും മൃഗങ്ങളിലും മനുഷ്യരിലും ഈ വർഗത്തെ കാണും. വെറുതെ ദാസ്യവേല ചെയ്യുന്നവർക്ക് പ്രത്യേക നേട്ടമൊന്നും ഉണ്ടാവില്ല."

"ഒരുപദ്രവവും ചെയ്യാത്ത കൂമനെ നാട്ടിലെയും കാട്ടിലെയും പക്ഷികൾ ഒരുപോലെ ആട്ടിയകറ്റുന്നു. ഉപദ്രവിക്കുന്നു."

"വിറകുവെട്ടികൾ, നാട്ടിലും കാട്ടിലും അല്ലേ?"

ഘടോൽക്കചൻ ചോദിച്ചു. "പക്ഷികൾക്ക് ഗുരുനാഥന്മാരുണ്ടോ?" അവന്റെ അടുത്ത ചോദ്യം.

"ആ! നിന്റെ മനസിലിപ്പോഴും ഗുരുവിന്റെ കാര്യമാണല്ലോ. ഗുരുക്കന്മാർ കാണണമല്ലോ. പക്ഷികളിലും മൃഗങ്ങളിലുമൊക്കെ ഉണ്ടാവും. അച്ഛനമ്മമാർ തന്നെയാവും ആദ്യ ഗുരുക്കൾ. ആവട്ടെ, നിനക്കിപ്പോ എന്താ അറിയേണ്ടത്?"

"എനിക്കും യുദ്ധവും അസ്ത്രവിദ്യയുമെല്ലാം പഠിക്കണമല്ലോ. മൂപ്പമാമന്റെ ഗുരു ഇപ്പോഴുമുണ്ടോ?"

"ഉണ്ടല്ലോ. അതിനേക്കാൾ എന്റെ മനസിലുണ്ട്. ആദ്യമായി ഒരു ഗുരുനാഥനെ മനസിൽ പ്രതിഷ്ഠിച്ചതാണല്ലോ. ഗുരുവിന്റെ അടുത്തു നിൽക്കാനായി പച്ചിലകൾകൊണ്ടും മണ്ണുകൊണ്ടുമൊക്കെ പ്രതിമകളുണ്ടാക്കി വയ്ക്കുമായിരുന്നു. അവയെ സാക്ഷിയാക്കി അസ്ത്രവിദ്യയും മൽപ്പിടുത്തവും സ്വയം പരീക്ഷിക്കുമായിരുന്നു.

കാടന്മാരുടെ ആദ്യ പയറ്റ് വടിവീശലാണ്.

മൂന്നു ചാൺ നീളമുള്ള മുച്ചാൺവടി വായ്ത്താരി പറഞ്ഞു വീശും. ഊ ഊം എന്ന് മൂളി വടിയുമായി തിരിഞ്ഞും മറിഞ്ഞും കളിക്കും. അടിവെട്ടി, മുടിവെട്ടി മധ്യവെട്ടി, പാതാളവെട്ടി, പറന്നുവെട്ടി.

ഏകലവ്യൻ വായ്ത്താരി പറഞ്ഞു. കുട്ടനോട് മൂളാൻ പറഞ്ഞു. "ഊ ഊം എന്ന് മൂള്."

കുട്ടൻ മൂളി. വൃദ്ധൻ പറഞ്ഞുതുടങ്ങി.

മൃഗങ്ങളെ വീഴ്ത്താനാണ് പ്രധാനമായി ഉപയോഗിക്കുന്നത്. ഓടുന്ന മൃഗങ്ങൾ തടഞ്ഞുവീഴുന്നതിന് കാലുകൾക്കിടയിലേക്കെറിയുന്നു. മനുഷ്യരെയും എറിഞ്ഞുവീഴ്ത്താം. കാലിന്റെ ഞെരിയാണിക്ക് കൊള്ളുന്നുവെങ്കിൽ പിന്നെ ഓടാനാവില്ല. കൊണ്ടില്ലെങ്കിൽ ഓടുന്നയാളിന്റെ മുന്നിൽ വടിപെട്ടാലും മതി. തട്ടിത്തടഞ്ഞ് മുഖംകുത്തി വീഴും.

അസ്ത്രം ശത്രുവിന് നേരെയേ ഉപയോഗിക്കാവൂ. കൊല്ലാനുള്ള പ്രയോഗം അവസാനമേ ആകാവൂ.

കഴിയുന്നതും കൊല്ലാതെ പിടിക്കണം."

കുട്ടന് സംശയം.

അമ്പ്, എയ്തുകൊല്ലാനുള്ളതല്ലേ. പിന്നെന്താ മുത്തപ്പൻ കൊല്ലാതിരിക്കണമെന്ന് പറയുന്നത്."

വൃദ്ധൻ എഴുന്നേറ്റിരുന്ന് ഉപദേശിച്ചു. "അമ്പെയ്ത്ത് ഒരു തമാശക്കളിയല്ല. അതൊരു കായികവിദ്യയാണ്. ആത്മസംരക്ഷണത്തിനുള്ള ആയുധമാണ്. ആത്മപ്രകാശത്തിനായുള്ളതാണ്. കൊല്ലാനും വേദനി

പ്പിക്കാനും കഴിയുന്നതും വിദ്യ ഉപയോഗിക്കരുത്. ഒന്നിനെ കൊല്ലാൻ എളുപ്പമാണ്. എന്നാൽ സൃഷ്ടിക്കാൻ പറ്റോ. ജീവൻ കൊടുക്കാൻ പറ്റോ!"

ഏകലവ്യന്റെ വാക്കുകൾ കുട്ടനെ നിശ്ശബ്ദനാക്കി. അവൻ ആകാശത്തേക്ക് നോക്കിക്കൊണ്ടിരിക്കുന്നു. പടിഞ്ഞാറുഭാഗത്ത് ഒറ്റപ്പെട്ട ഒരു നക്ഷത്രം. അതിന്റെ രണ്ടുഭാഗത്തുകൂടെ നീങ്ങിയെത്തുന്ന മേഘങ്ങൾ. മേഘങ്ങൾ നീങ്ങുന്നതല്ലാതെ നക്ഷത്രത്തിനടുത്തെത്തുന്നില്ല. അവൻ മേഘത്തെ നോക്കി. ഒന്ന് തനി കറുപ്പ്. വലതുഭാഗത്തെ മേഘത്തിന് പുകനിറം. അവൻ സൂക്ഷിച്ചുനോക്കിക്കൊണ്ടേയിരുന്നു.

പുകനിറമുള്ള മേഘത്തിന് തലപ്പാവ്. കൈയിൽ ഒരു ഗദയുണ്ട്. ഗദയും തോളിൽവച്ചു നീങ്ങുന്ന ഒരു മനുഷ്യനെപ്പോലെ.

കറുത്ത മേഘത്തിൽനിന്നും നക്ഷത്രത്തിൽനിന്നും അകന്നുപോകുന്ന രൂപം. അവൻ അച്ഛനെ ഓർത്തു. മനുഷ്യരൂപമുള്ള കാർമേഘം ആ നിഴലായിരിക്കുമോ. അദ്ദേഹത്തിന്റെ കൈയിൽ ഗദയുമായി തന്റെ അടുത്തേക്കെത്തുന്നതിനുപകരം എങ്ങോ അകന്നുപോയ അച്ഛൻ. ഇപ്പോഴും എത്രയോ അകലെ. താൻ കണ്ടിട്ടില്ലാത്ത അദ്ദേഹം. അച്ഛൻ എന്നു കേൾക്കുമ്പോൾ അമ്മ ഞെട്ടിപ്പോകുന്നു. മേഘക്കീറുകൾ കണ്ടപ്പോൾ മനസിലൊരു വല്ലാത്ത ദുഃഖം. ആ നക്ഷത്രവുമായി അവന് ഒരാത്മബന്ധം തോന്നി. കറുത്ത മേഘം നക്ഷത്രത്തോട് ചേർന്നു നിൽക്കുന്നു.

അമ്മയെ വിട്ട് താൻ നിൽക്കുന്നത് ശരിയല്ല. ഏകലവ്യമൂപ്പൻ ഇനി അധികകാലം ഉണ്ടായിക്കൊള്ളണമെന്നില്ല. അമ്മയ്ക്ക് താനല്ലാതാരാണുള്ളത്.

രാത്രികളിൽ ഗുഹാമുഖത്തെ പാറയിൽ തന്നെയും മടിയിലിരുത്തി ആകാശത്തേക്ക് നോക്കിയിരിക്കാറുള്ള അമ്മ ഇതേ മേഘക്കീറുപോലെ തന്നെ. ചിലപ്പോൾ നെടുവീർപ്പിട്ടുകൊണ്ട് അമ്മ തന്നെ കെട്ടിപ്പിടിക്കും. അവൻ കൈചേർത്ത് മാറത്തമർത്തി നെടുവീർപ്പിട്ടു.

ഏകലവ്യവൃദ്ധൻ കുട്ടന്റെ നെടുവീർപ്പും നിശ്ശബ്ദതയും കണ്ടു ചോദിച്ചു.

"നീയെന്താണ്ടാ പിന്നീം നിരീക്കണേ?"

കുട്ടൻ ഏകലവ്യനോട് ചോദിച്ചു:

"മൂപ്പമാമന് ആരെയെങ്കിലും കൊല്ലണമെന്ന് തോന്നിയിട്ടുണ്ടോ?"

"കൊല്ലണമെന്ന് തോന്നിയിട്ടുണ്ട്. പക്ഷേ കൊല്ലണമെന്നില്ല. എന്നെ നശിപ്പിച്ചവരോട് പകരം ചോദിക്കണമെന്നുണ്ട്. അതിന് കഴിയാത്തതിൽ ദുഃഖവുമുണ്ട്. ആ ദുഃഖത്തിൽ നീറുകയാണ് ഞാനിന്നും."

"നീറിനീറിയാണ് ഞാൻ വൃദ്ധനായത്. പ്രായം കൊണ്ടല്ല. മനസിലാക്ക്."

തന്റെ വലതുകൈപ്പടം ഉയർത്തിക്കാട്ടിക്കൊണ്ട് മൂപ്പൻ ശൂന്യതയിലേക്ക് നോക്കി. അരണ്ട നിലാവിൽ ആ കണ്ണുകൾ തിളങ്ങുന്നത് ഘടോൽക്കചൻ കണ്ടു.

അവൻ ഇമവെട്ടാതെ ഏകലവ്യമൂപ്പനെ നോക്കിയിരുന്നു.

7

വിരൽ മുറിച്ച വിദ്യ

"ഇപ്പൊ മൂപ്പമ്മാമനാണല്ലോ ആലോചിച്ചോണ്ടിരിക്കണ്."

ഘടോൽക്കചന്റെ വാക്കുകൾ ഏകലവ്യമൂപ്പൻ അംഗീകരിച്ചു.

"അതേടാ. ഇന്നും ആ പ്രതിമ മലഞ്ചെരിവിലെ വിശ്രമവനത്തിലുണ്ട്. ഒരു കൈകൊണ്ട് താടിയുഴിഞ്ഞ് വലതുകൈവിരൽ ചൂണ്ടി ആരെയോ ഉപദേശിക്കുന്ന ഗുരു. അസ്ത്രവിദ്യയോ യുദ്ധതന്ത്രങ്ങളോ ആയിരിക്കാം. ആ പ്രതിമ തനിയെ ഉണ്ടായതാവാം. ദ്രോണാചാര്യർ പ്രതിമയായി പുനർജനിച്ചതുമാവാം.

"അസ്ത്രവിദ്യ അദ്ദേഹത്തിന്റെ ശിഷ്യന്മാരേക്കാൾ പഠിച്ചവരുണ്ടാവില്ല, അല്ലേ?" കുട്ടൻ ചോദിച്ചു.

"അതെനിക്ക് പറയാനാവില്ല. അദ്ദേഹത്തിന്റെ ഒരു ചൊല്ലുണ്ട്. അമ്പ് എടുക്കുമ്പോൾ ഒന്ന്, തൊടുക്കുമ്പോൾ പത്ത്. കൊള്ളുമ്പോൾ നൂറ്. ഏറ്റവും മികച്ച വില്ലാളിക്കേ അങ്ങനെ എയ്യാനാവൂ."

കുട്ടൻ മിഴിച്ചിരുന്നു. എടുക്കുമ്പോൾ ഒന്ന്, തൊടുക്കുമ്പോൾ പത്ത്. "അങ്ങനെ ഉണ്ടാവുമോ?" അവൻ ചോദിച്ചു.

"അത് നല്ല വില്ലാളിയെ കണ്ടു പഠിക്കണം. കണ്ട് അറിയണം. കണ്ണഞ്ചിക്കുംവിധം തുരുതുരാ അസ്ത്രമെയ്യുന്നത് കാണുന്നവർക്ക് ആയിരമായും പതിനായിരമായുമൊക്കെയായിത്തോന്നണം."

ഏകലവ്യൻ കൈയുയർത്തി. തള്ളവിരലിന്റെ മുഴയിൽ തടവി.

"ഇതില്ലെങ്കിലും ഒരുവിധമൊക്കെ ഞാൻ കാണിച്ചുതരാടാ."

അസ്ത്രമേറ്റുപോയതാണല്ലേ... വിരൽ മുറിഞ്ഞ കാര്യം ഇതുവരെ മൂപ്പൻ പറഞ്ഞില്ല. എങ്ങനെ ചോദിക്കുമെന്ന് ആശങ്കപ്പെട്ടു കഴിയുകയായിരുന്നു.

"ഉം. ഇനി നിനക്ക് അതറിയാഞ്ഞിട്ടുവേണ്ട."

ഏകലവ്യൻ പറഞ്ഞുതുടങ്ങി.

"പതിവുപോലെ ഞാൻ ഗുരുവിനെ ധ്യാനിച്ച് അമ്പെയ്ത്തിലെ പിഴവുകൾ തീർത്തുവരികയായിരുന്നു. എടുക്കുമ്പോൾ ഒന്ന് തൊടുക്കുമ്പോൾ പത്ത് എന്ന് തോന്നിക്കാൻ തുരുതുരാ അമ്പെയ്യണം. മുതുകത്ത് തൂക്കിയ മുളക്കഷണത്തിന്റെ തൂണീരത്തിൽ കൂർത്ത മുളയമ്പുകൾ നിറച്ചു കരുതിയിട്ടുണ്ടായിരുന്നു. പത്തെണ്ണം ഒന്നിച്ച് എയ്യാൻ പറ്റും.

അകലെനിന്ന് ഒരു പെൺമാനിന്റെ കരച്ചിൽ കേട്ടു. അങ്ങോട്ട് ശ്രദ്ധിച്ചു. കുതിച്ചുപായുന്ന മാനിനെ കണ്ടു. ഒരു വേട്ടനായ ഒപ്പമോടുന്നു. മാനിന്റെ ഒപ്പമെത്താറായി.

ഞാൻ മാനിന്റെ അടുത്തേക്കോടി. നായ എന്നെക്കണ്ട് പിന്തിരിഞ്ഞു. എന്റെ നേർക്ക് വാ പൊളിച്ച് ചാടാൻതുടങ്ങിയ നിമിഷം.

കൈ തൂണീരത്തിലെത്തി ഒരമ്പെടുത്ത് നായയ്ക്ക് നേരെ തൊടുത്തു. അതിന് പിറകെ ഒന്നൊന്നായി ഒന്നിച്ചുകൊള്ളുംവിധം പത്തെണ്ണമെയ്തു. നായയുടെ വായിൽ പത്തമ്പുകൾ ഒന്നിച്ചു തറച്ചപ്പോൾ അത് എന്തുചെയ്യണമെന്നറിയാതെ ഉച്ചത്തിൽ ഓളിയിട്ടു കരഞ്ഞു. തൊള്ളയിൽ നിറയെ അമ്പുമായി പിന്തിരിഞ്ഞോടി.

ചെയ്തതൽപ്പം കടന്നകൈയായിപ്പോയെന്ന് തോന്നി. ഒരു ജീവിയെ രക്ഷിക്കാനാണല്ലോ എന്ന് സമാധാനിച്ചു. പച്ചില കൊണ്ടുണ്ടാക്കിയ ഗുരുപ്രതിമയ്ക്ക് മുന്നിൽ കൈകൂപ്പി നിന്നു. അദ്ദേഹം എന്തോ പറയുന്നപോലെ തോന്നി. ഗുരുവിന് മുമ്പിൽ നമസ്കരിച്ചു. ചെയ്തത് തെറ്റായിപ്പോയി. ക്ഷമിക്കണേ... അനുഗ്രഹിക്കണേ...

ഞാൻ പ്രാർഥിച്ചു.

എത്രനേരം അങ്ങനെ കിടന്നുവെന്നോർമയില്ല. ആരോ തലയിൽ തട്ടിവിളിക്കുന്നതുപോലെ തോന്നി. ഞാൻ പതുക്കെ തലചെരിച്ച് നോക്കി. അടുത്ത് നായയുടെ മൂളൽ.

ഊ ഊ ഉം...

അവൻ ഭയപ്പെട്ട് അടുക്കാൻ മടിക്കുന്നു. നായയ്ക്ക് പിന്നിലായി നാലുപേർ. അവരെ പരിചയമുണ്ട്. ഗുരുവിന്റെ കളരിയിലുള്ളവർ. ഒരാൾ കുറവുണ്ട്. തടിമാടൻ മുന്നോട്ടുവന്നു ചോദിച്ചു:

"എടാ, നീയാണീ നായയുടെ വായിൽ അമ്പുകയറ്റിയത്, അല്ലേ?"

ഞാൻ തൊഴുകൈയുമായി നിന്നു. തടിച്ച യുവാവ് ദേഷ്യപ്പെട്ടു നിൽക്കുന്നു. ഞാൻ വിനയത്തോടെ പറഞ്ഞു:

"നായ ആരുടെയെന്നറിയാതെ ചെയ്തുപോയതാണേ. ഒരു മാനിന്റെ ജീവൻ രക്ഷിക്കാൻ വേണ്ടിയാണ് നായയെ വിരട്ടിയത്. എന്റെ നേരെ കുരച്ചുചാടിയപ്പോൾ ഒരു ചെറിയ വിദ്യ പ്രയോഗിച്ചു."

"ഒറ്റ എയ്ത്തിന് ഇത്രയും അമ്പുകൾ നായയുടെ വായിൽനിറച്ച ഇവൻ വില്ലാളി തന്നെയാണ്," നാൽവരിലൊരാൾ പറഞ്ഞു. "അന്ന് കളരിയിൽ വന്നുപോയവനാണിവൻ. എന്നിട്ടും അസ്ത്രവിദ്യ എങ്ങനെ പഠിച്ചെടാ?"

"ഗുരുനാഥന്റെ അടുത്തുനിന്നുതന്നെ. അന്നെന്നെ കൂട്ടത്തിലെടുത്തി ല്ലെങ്കിലും ഗുരുവിനെ സ്മരിച്ചുകൊണ്ട്..."

ഞാൻ തിരിഞ്ഞ് ഗുരുപ്രതിമയ്ക്ക് നേരെ കൈകൂപ്പി. അവർ വിഗ്ര ഹത്തിന് നേരെ നോക്കി. വെറും പച്ചിലകൾകൊണ്ടുണ്ടാക്കിയ ദ്രോണാ ചാര്യരുടെ പ്രതിമ. ഒരു കൈകൊണ്ട് താടിയുഴിയുകയും മറുകൈകൊണ്ട് നിർദേശങ്ങൾ നൽകുകയും ചെയ്യുന്ന ആചാര്യന്റെ രൂപം.

നോക്കിനിൽക്കെ അത് തെളിഞ്ഞുതെളിഞ്ഞ് ജീവസുറ്റതായി മാറു ന്നതവർക്ക് ഒരനുഭവമായിരുന്നു. അവരുടെ കൈകളും കൂമ്പുന്നത് ഞാൻ കണ്ടു. എന്റെ മനസിലെ ഗുരു സത്യമാണെന്നവർക്ക് ബോധ്യപ്പെട്ടിരി ക്കുന്നുവെന്ന് എനിക്കുതോന്നി.

സുമുഖനായ ചെറുപ്പക്കാരൻ എന്റെ തോളത്തുതട്ടി. ഇടതുകൈ യിൽ വില്ലുണ്ട്. അയാൾക്ക് ഒരു പ്രത്യേക തേജസുള്ളപോലെ തോന്നി. ശാന്തനായി അയാൾ പറഞ്ഞു: "നിന്നെ സമ്മതിച്ചിരിക്കുന്നു. നീ ഞങ്ങ ളോടൊപ്പം വാ. നമുക്ക് ഗുരുവിനെ കാണാം."

ഞാൻ മടിച്ചുനിന്നു. വിനയപൂർവം അവരോട് പറഞ്ഞു: "ഗുരുവിന്റെ മുന്നിൽ കാണിക്കാൻ തക്കതായി എനിക്കൊന്നും അറിഞ്ഞുകൂടാ.

എന്തൊക്കെയോ അബദ്ധങ്ങൾ ചെയ്യുന്നു. കണ്ടാൽ ഗുരുവിനെന്താ തോന്നുകയെന്നറിയില്ലല്ലോ. അതുകൊണ്ട് ദയവായി എന്നെ വിടൂ. ഞാനില്ല."

"ഗുരു നിന്നെ അനുഗ്രഹിക്കുകയാണ് ചെയ്യുക. തനിയെ പഠിച്ചതല്ലേ; അദ്ദേഹത്തിന് സന്തോഷമാണുണ്ടാവുക." എന്റെ തോളിൽനിന്ന് കൈയെടുത്ത് അയാൾ പറഞ്ഞു.

"വരുന്നില്ലെങ്കിൽ ഒരു വിരലോണ്ട് തോണ്ടിയെടുത്ത് ഞാൻ ഗുരുവിന്റെ മുന്നിലെത്തിക്കും" — തടിയൻ ശബ്ദമുയർത്തി പറഞ്ഞു. ഞാൻ ഇടംകാൽ പിന്നിലാക്കി അമർത്തിച്ചവിട്ടി നിന്നു. അയാൾ മുന്നോട്ടു വന്നാൽ മലക്കം മറിഞ്ഞ് ഒരു മരക്കൊമ്പിൽ കയറിപ്പിടിക്കണമെന്നായിരുന്നു ഉന്നം. പിന്നെ മരങ്ങളിൽ നിന്ന് മരങ്ങളിലേക്ക് ചാടിച്ചാടി ഒരു യാത്ര.

അയാൾ അനങ്ങുംമുമ്പ് പിന്നിൽ നിന്നൊരാൾ നടന്നടുക്കുന്നു. അദ്ദേഹം വിളിച്ചുപറയുന്നു:

"ഭീമസേനാ, അരുത്. അവൻ നമ്മുടെ ജാതിക്കാരനല്ലെങ്കിലും നമ്മുടെ ഗുരുവിന്റെ ശിഷ്യനാണ്. ഗുരുവിനെ ധ്യാനിക്കുന്നവനാണ്. വില്ലാളിയാണ്. നമുക്കവനെ ഗുരുവിന്റെ സമീപത്തേക്ക് കൊണ്ടുപോവാം."

"വാടോ, വേടക്കിടാത്താ," ധർമ്മപുത്രർ വിളിച്ചു. അവരെന്റെ ചുറ്റുമായി നടന്നു. കളരിയിലെത്തി. എന്റെ മനസിലെ രൂപം തന്നെ.

ഒരു മരപ്പീഠത്തിൽ ഇടതുകൈകൊണ്ട് താടിയുഴിഞ്ഞിരിക്കുന്ന ദ്രോണാചാര്യർ.

അദ്ദേഹം എന്നെ നോക്കി. ആ കണ്ണുകളിലെ കൂർമത എന്റെ മനസിൽ തറച്ചു. ഒന്നും ആലോചിക്കാതെ ആ കാൽക്കൽ വീണു. അദ്ദേഹം ഒന്നുപിൻവാങ്ങി. കൈയുയർത്തി അനുഗ്രഹിച്ചു.

"ഉം എഴുന്നേൽക്ക്."

ഞാൻ പതുക്കെ എഴുന്നേറ്റു. കൈകൂപ്പി നിന്നു. അദ്ദേഹം ചോദിച്ചു:

"ധനുർവിദ്യ വശമാക്കിയിട്ടുണ്ടല്ലേ?"

"പഠിക്കണമെന്നുണ്ട്. അന്ന്–"

"മനസിലായി. നിങ്ങളുടെ കുലത്തൊഴിലിൽ അസ്ത്രവിദ്യയുൾപ്പെടുമല്ലോ. നീർക്കോലിക്കുട്ടിയെ നീന്തൽ പഠിപ്പിക്കേണ്ടതുണ്ടോ?"

ഞാൻ വിക്കിവിക്കിപ്പറഞ്ഞു:

"അവിടത്തെ മനസിൽ വിചാരിച്ച് ഒരൂട്ടമൊക്കെ പയറ്റി. അകലേനിന്ന് നോക്കിക്കണ്ടതും ഉണ്ട്."

"അപ്പോൾ നീ ശിഷ്യൻ തന്നെ. വില്ലാളി തന്നെ. ആട്ടെ, നീ നരമേധം നടത്തിയിട്ടുണ്ടോ?"

ഞാൻ വാപൊളിച്ചുനിന്നു.

"നീ മനുഷ്യരെ ആരെയെങ്കിലും കൊന്നിട്ടുണ്ടോ? കാട്ടുജാതിക്കാരെയോ നാട്ടുജാതിക്കാരെയോ ആരെയെങ്കിലും?"

ഇല്ല.

"ഉം..." അദ്ദേഹം മൂളി. തുടർന്ന് ചോദ്യം. "ശുനകന്റെ വായിൽ

എത്ര അമ്പ് തറഞ്ഞിരുന്നു."

"പത്ത്." കേട്ടുനിന്നവരാണ് പറഞ്ഞത്. അവർ നൂറെന്ന് പറയുമെന്നാണ് കരുതിയത്.

"നൂറെന്ന് തോന്നിക്കും അല്ലെ?" അദ്ദേഹം ചോദിക്കുന്നു. ആരുമൊന്നും പറയുന്നില്ല. ആചാര്യൻ തുടർന്നു.

"നീ മിടുക്കനാണ്. എനിക്ക് പാണ്ഡവരും കൗരവരുമല്ലാത്ത ഒരു ശിഷ്യൻ കൂടിയുണ്ടെന്ന് മനസിലാവട്ടെ എല്ലാവർക്കും."

ഞാൻ പരിഭ്രമിച്ചു. "ഏനെന്ത് ദക്ഷിണയാണ് തരേണ്ടത്. ഒരു മുളങ്കുറ്റിനിറയെ തേൻ തരട്ടെ!"

ശിഷ്യന്മാർ കൂട്ടത്തോടെ ചിരിച്ചു. "ഹ്ഹഹ. ഇതാ നിന്റെ ഏറ്റവും വിലപ്പെട്ട വസ്തു."

ഞാൻ താഴ്മയോടെ അഭ്യർഥിച്ചു. "ഏനെന്ത് തരാൻ ഗുരോ. ഈ തലതന്നെ അങ്ങേക്കുള്ളതാണ്." അത് പറഞ്ഞ് ഞാൻ ആ കാൽക്കൽ നമസ്കരിച്ചു.

ഗുരു അൽപ്പനേരം നിശ്ശബ്ദനായിരുന്ന് താടിയുഴിഞ്ഞു. പിന്നീടദ്ദേഹം പറഞ്ഞു:

"നീ എഴുന്നേൽക്ക്. ഞാൻ ആവശ്യപ്പെടുന്നത് എന്തായാലും തരാനൊരുക്കമൊണ് എന്നല്ലേ പറഞ്ഞത്."

ഭീമസേനൻ കയറിപ്പറഞ്ഞു: "പിന്നെന്താ, തല വേണെങ്കിലും എടുത്തുകൊള്ളാൻ സമ്മതമാണല്ലോ ഓന്. എടുക്കട്ടെ."

"നിൽക്ക്," ഗുരു ശബ്ദമുയർത്തി. "തല പോയാൽ പിന്നെ അവനുണ്ടോ? അവനുണ്ടാവണം. അനുഭവിച്ചറിയാൻ അവനുണ്ടാവണം. ആട്ടെ, നിന്റെ ഒരു കൈ എനിക്ക് തരൂ...."

കൈ– ഞാൻ മിഴിച്ചുനിന്നു. "ഞാൻ പറയുന്നതെന്തും അനുസരിക്കാമെന്ന്, ഞാൻ വിളിച്ചാൽ വിളിപ്പുറത്തെത്തുമെന്ന് – ഞാൻ മനസ്സിൽ വിചാരിച്ചാലവിടെ എത്തുമെന്ന് – നീയെനിക്ക് വാക്കുതരണം – നിന്നിലെനിക്ക് പൂർണ അവകാശമുണ്ടെന്ന്."

"ഗുരോ..." തളർന്ന മനസോടെ ഞാൻ പറഞ്ഞു. "എങ്ങനെയാണടിയൻ വാക്കു തരേണ്ടത്."

"നിന്റെ ചൂണ്ടുവിരലിലെ രക്തമെടുത്ത് വീതിയുള്ള അസ്ത്രമുനയിൽ തേച്ച്."

അടിയൻ സത്യം ചെയ്യുന്നു. ഞാൻ എന്റെ തൂണീരത്തിൽ അസ്ത്രം തിരിഞ്ഞു.

"ഇന്നാ–" എന്റെ മുന്നിൽ വീണ അസ്ത്രം അർജുനനെറിഞ്ഞതാണെന്ന് എനിക്ക് മനസിലായി.

ഞാൻ ഒട്ടും സംശയിക്കാതെ അമ്പ് കൈയിലെടുത്തു. അഗ്രം പരന്ന ഉളിയമ്പ്. ഇടതുകൈയിലെ ഒരു വിരൽ തൊടുവിച്ച് ചോരയെടുക്കാമെന്നുദ്ദേശിച്ചു.

"ഇടതുകൈയിൽ അമ്പ് പിടിക്ക്. വലതുകൈയിലെയാവണം

ചോര...”

ആരാണ് വിളിച്ചുപറഞ്ഞതെന്നറിയില്ല. ഭീമൻ തന്നെയാണെന്ന് തോന്നുന്നു. ഞാൻ അസ്ത്രം മാറ്റിപ്പിടിച്ചു.

“ഇങ്ങുതാടാ. നിന്റെയൊരു സംശയം.” ഓടിവന്ന അയാൾ എന്റെ കൈയിൽനിന്ന് അമ്പുവാങ്ങി.

“കൈനീട്ട്.” അയാൾ ഉറക്കെപ്പറഞ്ഞു. ഞാൻ രണ്ടു കൈയും നീട്ടി. പെട്ടെന്ന് ച്ലും എന്ന ഒരു ശബ്ദം. എന്റെ വലതുകൈവിരൽ.

ഏകലവ്യമാമന്റെ തൊണ്ടയിടറി.

ഞാനും ഭീമനും തിരിഞ്ഞുനോക്കി. അദ്ദേഹം ദേഷ്യത്തോടെ വിളിച്ചു.

“അർജ്ജുനാ...”

ചോര ചീറ്റുന്ന കൈയിലെ മുറിപ്പാട് അമർത്തിപ്പിടിച്ചു. നിലത്തുകിടന്ന് പിടയ്ക്കുന്ന തള്ളവിരൽ രണ്ടുവിരലുകൊണ്ടെടുത്ത് ആചാര്യന്റെ മുന്നിലേക്ക് നടന്നു.

“ങ്ഹു ങ്ഹും...” ഗുരുനാഥൻ പുറപ്പെടുവിക്കുന്ന ശബ്ദം ചിരിയോ മറ്റെന്തെങ്കിലും വികാരപ്രകടനമോ എന്ന് തിരിച്ചറിഞ്ഞില്ല. എനിക്ക് മുമ്പെ ഗുരുവിന്റെ കാൽക്കൽ അർജ്ജുനൻ വീണു നമസ്കരിച്ചു. അദ്ദേഹത്തിന്റെ പിന്നിൽ മുറിവിരലുമായി ഞാനും നമസ്കരിച്ചു.

ഗുരു അർജ്ജുനനെ പിടിച്ചെഴുന്നേൽപ്പിച്ചു.

“അർജ്ജുനാ, ഇന്നിതു ചെയ്തില്ലെങ്കിൽ നാളെ തലയെടുക്കേണ്ടിവരുമായിരുന്നു.”

അദ്ദേഹം പറഞ്ഞുതീരുംമുമ്പ് ഭീമൻ പറഞ്ഞു: “ഞാൻ ഉദ്ദേശിച്ചത് അതായിരുന്നു.”

8

ഒറ്റയാൻ കാട്ടുപോത്ത്

ഏകലവ്യന്റെ കണ്ണുകൾ നിറഞ്ഞിരുന്നു.

അദ്ദേഹത്തിന് മുന്നിലിരുന്ന കുട്ടിക്ക് ആ രംഗം കണ്ടപ്പോൾ വിഷാദവും ദേഷ്യവും അനുഭവപ്പെട്ടു. മനുഷ്യരാജാക്കളോട് വല്ലാത്ത വിദ്വേഷം തോന്നി. ഉരുണ്ടുവീഴാതെ കണ്ണുകളിൽ തിളങ്ങിത്തൂങ്ങിയ കണ്ണീർത്തുള്ളികളെത്തന്നെ നോക്കിയിരുന്നു.

ഇടതുകൈകൊണ്ട് വലതുകൈയുടെ പെരുവിരലിന്റെ ഭാഗത്തെ മുരടിച്ച മുഴ അദ്ദേഹം തടവിക്കൊണ്ടിരുന്നു. ഒരു ശത്രു വന്നാൽ കുറ്റിവിരൽകൊണ്ടും ഒരു കൂരമ്പ് പ്രയോഗിക്കാൻ വൃദ്ധമൂപ്പന് കഴിയുമെന്ന് ഘടോൽക്കചന് തോന്നി.

ആ മുഖത്തെ ഓരോ ഭാവവും ചലനവും അവൻ ശ്രദ്ധിച്ചു. തന്റെ കുട്ടിക്കാലം സങ്കൽപ്പിച്ചിരുന്ന അപ്പൂപ്പന് മുന്നിൽ അതേ കുട്ടിയായി അവനിരിക്കുകയായിരുന്നു. ഒരു ദീർഘനിശ്വാസത്തോടെ ഏകലവ്യമൂപ്പൻ പറഞ്ഞു:

"കുട്ടാ, കാട്ടിലുള്ളവർ എന്നും കാടന്മാരുതന്നെ ആയിരിക്കണമെന്നാണവരുടെ ആഗ്രഹം. അവരെന്നും വലിയവരായിത്തന്നെ നിലകൊള്ളണം. നമ്മൾ കീഴാളർ."

"നിനക്ക് മനസിലാകുന്നുണ്ടോ?"

"അവർ" – ഘടോൽക്കചൻ തല ചൊറിഞ്ഞു. ചപ്രപിടിച്ചു ചുരുണ്ട മുടികളിൽ കുരുങ്ങിയ വിരലുകൾ വലിച്ചെടുത്തു. മൂപ്പനോടായി പറഞ്ഞു:

"അവരെന്തെങ്കിലും കരുതിക്കോട്ടെ. അവരുടെ നാട്ടിലല്ലെ. നമ്മളെന്തിന് ഓരോന്നാലോചിച്ച് വിഷമിക്കണം. കാട്ടില് നമ്മളെ എതിർക്കണോരെ തോൽപ്പിച്ചാ പോരെ."

"പോര കുട്ടാ. കാടും നാടും അടക്കിഭരിക്കണോരാ നാട്ടുമനുഷ്യര്. ബുദ്ധിശക്തി കൂടുന്ന അവർ ചതി പ്രയോഗിച്ചാണ് വിജയിക്കാറെന്ന്

നേരത്തെ ഞാൻ പറഞ്ഞത് മറന്നു അല്ലേ."

"മുത്തപ്പാ, ദ്രോണാചാര്യരോടും അർജുന രാജാവിനോടുമൊക്കെ വെറുപ്പ് തോന്നാറില്ലേ. ഒടുങ്ങാത്ത പകയുണ്ട് അല്ലേ ഇപ്പോഴും – മൂപ്പന്റെ നെഞ്ചിൻകൂട് ഉയരുന്നു. താഴുന്നു. ഞാനതു കാണുന്നുണ്ട്.

കുട്ടന്റെ കണ്ണുകൾ സൂക്ഷ്മമാണെന്ന് വൃദ്ധന് മനസിലായി. അവന് മറുപടി കൊടുത്തേ പറ്റൂ.

"കുട്ടാ" – അദ്ദേഹം വിളിച്ചു. "നീ ഊഹിച്ചതും പറഞ്ഞതും ശരി. വല്ലാത്ത പക തോന്നാറുണ്ട്. ഒരിക്കൽ മനസിൽ പ്രതിഷ്ഠിച്ച ഗുരുവാണല്ലോ എന്നോർത്ത് കൂടുതൽ വേദനിക്കും. ഗുരുവിനെ തള്ളിപ്പറയുന്നത് നാട്ടുകാർക്ക് പറ്റും. കാട്ടുമര്യാദക്കാർക്കത് പറ്റില്ല. നമ്മള് കാടന്മാ

രാണ്. നമുക്കൊരു മനസേ ഉള്ളൂ. അടുത്താൽ അങ്ങേയറ്റമടുക്കും. വെറുത്താൽ വെറുത്തതുതന്നെ. പിന്നെ കീഴടങ്ങലില്ല."

"എടാ, എനിക്ക് കഴിയാതെ പോയത് നിനക്ക് കഴിയണമെന്നാണെന്റെ ആഗ്രഹം. മനസിലായോ?"

ഘടോൽക്കചൻ ആ മുഖത്തു നോക്കി.

ഇടതുകണ്ണിൽ പ്രത്യേക തിളക്കം. മുഖത്തിന്റെ ഇടതുഭാഗമാകെ ആ തിളക്കത്തിൽ ഒരു പ്രത്യേക ഭാവം. നരച്ച രോമങ്ങൾക്കിടയിൽനിന്നും ഘടോൽക്കചൻ മുതുമുത്തപ്പന്റെ ഭാവം കണ്ടു. തന്റെ ഗുരുവിനെ നോക്കി പഠിക്കാൻ കഴിഞ്ഞതിൽ അഭിമാനമായിരിക്കും എന്നവൻ ഊഹിച്ചു. ഗുരു അഭിനന്ദിച്ചതിന്റെ ഓർമ. അതൊരു വലിയ കാര്യമായിരിക്കുമെന്ന് അവന്റെ ഇളംമനസ് ഊഹിച്ചു. നന്നായെടാ എന്ന് താൻ അമ്പെയ്യുമ്പോൾ മൂപ്പൻ പറയാറുണ്ട്. അപ്പോൾ ഒരു പുതിയ സന്തോഷവും ആവേശവും തോന്നാറുണ്ട്.

ആ ഗുരുവിന്റെ ആശീർവാദത്തിലും ഓർമയിലുമുള്ള ആവേശമാണദ്ദേഹത്തിന്റെ മുഖത്ത്. ഇടതുകണ്ണിലും കവിളിലും...

വലതുകണ്ണിലെ നീർത്തുള്ളിക്ക് തിളക്കം കുറവ്. മുഖഭാഗം ഇരുണ്ടപോലെ. വലതുകൈയിലെ തള്ളവിരലിന്റെ സ്ഥാനത്തെ മുഴ ചൂണ്ടുവിരൽ വളച്ച് തഴുകുന്നു. ഈ ഗതി എനിക്ക് വന്നല്ലോ എന്ന ഭാവം.

ആ ഭാവം ഘടോൽക്കചന് സഹിക്കാനായില്ല. ഏകലവ്യമൂപ്പനെ ചതിച്ച വർഗക്കാരിലാരെയെങ്കിലും കിട്ടിയാൽ ഒരു കൈ നോക്കാമായിരുന്നു. അവൻ ചിന്തിച്ചു.

കുട്ടൻ കൈകുടഞ്ഞെഴുന്നേറ്റു. മുഷ്ടി ചുരുട്ടി ആരെയെങ്കിലും ഒന്നിടിക്കണം. മനുഷ്യരോടോ മൃഗങ്ങളോടോ ഒരു മൽപ്പിടുത്തം നടത്തണം. ചുരുട്ടിയ കൈ ശൂന്യതയിലിടിച്ച് അവൻ നടന്നു.

പാറകളിൽനിന്ന് പാറകളിലേക്ക് ചാടി. പരന്ന പാറക്കല്ലുകളിൽ കൈപരത്തി അടിച്ചു. കൈയെത്തുന്ന മരക്കൊമ്പുകൾ പിടിച്ചുകുലുക്കി.

ഹ്രോ....യ്....

അകലെ നിന്നൊരു ശബ്ദം. കുട്ടൻ ചെവിയോർത്തു.

ഹ്രോ...യ്. നീണ്ട പരുക്കൻ ശബ്ദം തുടരുന്നു. കാട്ടുപോത്തിന്റെ ശബ്ദമാണ്. അത് ഇണയെ വിളിക്കുകയാണ്. കൊമ്പൻ കാട്ടുപോത്തിന്റെയാണ് ശബ്ദമെന്നൂഹിച്ചു.

അൽപ്പം അകലെ നിന്ന് അവൻ നടന്നടുക്കുംമുമ്പ് കൂട്ടുകാരെ വിളിക്കണം.

കുട്ടൻ ചുണ്ടുകോട്ടി ശബ്ദമുണ്ടാക്കി. ഷീൽ എന്ന ചൂളംവിളി മുഴങ്ങി. കാട്ടുകുട്ടന്മാർ കൂട്ടുകാരന്റെ ശബ്ദം തിരിച്ചറിഞ്ഞു.

കുട്ടികൾ നാലുപേർ പല ഭാഗത്തുനിന്നുമായി ഓടിയെത്തി. തേവൻ, ചിന്നൻ, മാത്തിരി, മാതേവൻ. അവർ മലഞ്ചെരുവിൽ കാര കളിക്കുകയായിരുന്നു. കാരമുൾച്ചെടിയുടെ വടിയുടെ അറ്റത്ത് ഒരു മകുടം. അതിന്ന് കാരക്കൊക്ക് എന്ന് പറയും.

ഉരുണ്ട നീരുവെട്ടിക്കായയെ കാരകൊണ്ട് തട്ടി പാറക്കല്ലിൽ കൊള്ളിക്കണം. കളിക്കാരെ പ്രോത്സാഹിപ്പിക്കാൻ കാണികളുമുണ്ടാവും.

ഇന്നും കളിയാരംഭിച്ചിരുന്നു. ഘടോൽക്കചൻ വരാത്തതെന്താണെന്നവർ പരസ്പരം അന്വേഷിച്ചു. ഏകലവ്യമൂപ്പന്റെ പുരാണം കേട്ടിരിക്കയാണെന്ന് മാതേവൻ പറഞ്ഞു. അവനും ഏകലവ്യമൂപ്പന്റെ മുമ്പിൽ പെട്ടിട്ടുള്ള അനുഭവമുണ്ട്. കഥകേട്ട് ഉറങ്ങിയ മാതേവനെ ചന്തിക്ക് രണ്ടടി കൊടുത്ത് ഏകലവ്യമൂപ്പൻ സ്ഥലം വിട്ടുവത്രെ.

കുട്ടികൾ രണ്ടു വിഭാഗമായി കളിച്ചു. ഇടയ്ക്ക് അവർ ഘടോൽക്കചൻ വരുന്നുണ്ടോ എന്ന് നോക്കിക്കൊണ്ടിരുന്നു. അവൻ വന്നാൽ അവനൊറ്റയ്ക്കാവും കളി. എത്ര ഓടിയാലും ചാടിയാലും അവൻ വിയർക്കി

ല്ല. വേർപ്പ് പൊടിയാത്ത തൊലിയുള്ള ഘടോൽക്കചനെ കൂട്ടുകാർ വിളിച്ചു, ആനത്തൊലിയൻ.

കാരക്കോൽ വീശിയുള്ള കുട്ടന്റെ അടി നീരട്ടിക്കായയെ തകർക്കും. അമ്പഴങ്ങയോ മച്ചിങ്ങയോ പകരം വെക്കും. തെറിക്കുന്ന കാരമണി തടുക്കാൻ കുട്ടികളുടെ കാരവടികൾക്കാവില്ല. അഥവാ മേലെങ്ങാനും കൊണ്ടാൽ കഥ തീർന്നതുതന്നെ. അവർ മാറി നിൽക്കും.

കുട്ടൻ കൂട്ടുകാർക്ക് വിഷമമുണ്ടാവുന്ന രീതിയിൽ കളിക്കാറില്ല. അധികം വീശി അടിക്കാറില്ല. ചിന്നനും തേവനുമൊക്കെ ശക്തികുറഞ്ഞ് അടിച്ചുകൊടുക്കും. പ്രതിരോധിക്കാൻ അവർക്ക് പ്രയാസമുണ്ടാകാറില്ല. അവരുടെ സുഹൃദ്ബന്ധം നിലനിർത്താൻ ഘടോൽക്കചൻ സ്വയമൊന്ന് തോറ്റുകൊടുക്കുന്നതാണെന്ന് ചിന്നനും മാതേവനുമൊക്കെ തോന്നാറുണ്ട്. അവർ കുട്ടനെ വളരെയേറെ ഇഷ്ടപ്പെട്ടു.

ഒരുപാട് കളിച്ചശേഷമാണവർ ആ ചൂളംവിളി കേട്ടത്. ഘടോൽക്കചൻ കൂട്ടുകാരെ വിളിച്ചതാണ്. അവർ കുട്ടനെ ലക്ഷ്യമാക്കി ഓടി. അൽപ്പം ഓടിയശേഷമാണവർ ഭീകരമായ അമറൽ കേട്ടത്.

ഹ്റാ...! അടുത്തുനിന്നാണ്. തേവൻ കണ്ടു. അവൻ ഭയന്ന് കൂട്ടുകാരോട് പറഞ്ഞു. "ദേ ഒറ്റയാൻ പോത്ത്."

ഒറ്റയാൻ കാട്ടുപോത്ത് മനുഷ്യന്റെ മണംപിടിച്ച് വരികയാണ്. കുട്ടികൾ ഭയന്നു. കണ്ടെത്തിയാൽ ഓടിച്ചിട്ട് തട്ടിവീഴ്ത്തും; തല ചവിട്ടിയരക്കും. തലച്ചോറ് ചിതറിത്തെറിക്കും. കൊമ്പിൽ കോർത്ത് ചിന്നംവിളിക്കും.

തേവനും കൂട്ടരും ഘടോൽക്കചന്റെ അടുത്തേക്കോടിയെത്തി. മാതേവൻ ഭയന്ന് വിളിച്ചുപറഞ്ഞു. കുട്ടാ ഓടിക്കോ, കാടൻ പോത്താ, ഒറ്റയാൻ. ഇപ്പോ‌ത്തട്ടും.

കുട്ടൻ രണ്ടു കൈയും നീട്ടി കൂട്ടുകാരെ വാരിപ്പിടിച്ചു.

"നിക്കടാ എല്ലാം. പേടിത്തൂറ്യോളെ. ആണുങ്ങളല്ലേടാ. നിക്ക്."

കുട്ടികൾ നിന്നു. ഘടോൽക്കചൻ അവർക്ക് മുന്നിൽനിന്നു. കാട്ടുപോത്തിനെ നോക്കി കൈയുയർത്തി.

9

കാട്ടുപോത്തിനെ മലർത്തുന്നു

കരിമ്പാറയ്ക്ക് കൈയും കാലും വെച്ചപോലെ തന്റെ മുന്നിൽ നിൽക്കുന്ന മനുഷ്യരൂപം കണ്ട് കാട്ടുപോത്ത് തുറിച്ച കണ്ണുകളുരുട്ടി. സാധാരണ മനുഷ്യർ തന്നെ കാണുമ്പോൾ ഓടിയൊളിക്കലാണ് പതിവ്. ഇപ്പോളിതാ ഒരു കറുമ്പൻ മനുഷ്യക്കുട്ടി ഭയപ്പെടാതെ തനിക്കുനേരെ നിൽക്കുന്നു.

പോത്ത് തലയൊന്നു കുലുക്കി. മേൽക്കഴുത്തിലെ കറുത്ത രോമങ്ങൾ കുലുക്കി. ഫ്രേ എന്ന ശബ്ദമുയർത്തി, കുട്ടനു നേരെ ചെന്നു.

തലയൊന്ന് താഴ്ത്തി, തന്റെ പിന്നോട്ടുവളഞ്ഞ കൊമ്പുകൊണ്ട് കുട്ടനെ തട്ടി മേലോട്ടിടണമെന്ന ഉദ്ദേശ്യത്തോടെ പോത്ത് ശക്തിയോടെ മുന്നോട്ടു കുതിച്ചു.

കുട്ടൻ പെട്ടെന്ന് മാറി. തൊട്ടടുത്ത കാഞ്ഞിരമരത്തിൽ പോത്തിന്റെ തലയിടിച്ചു. മരം കുലുങ്ങി. മരത്തെ ചുറ്റി, പോത്ത് കുട്ടനെ തിരഞ്ഞു. കുട്ടൻ ഒരു പാറയ്ക്ക് മുകളിൽ ചാടിക്കയറി. പോത്ത് അവനഭിമുഖമായി നിന്നു.

തന്റെ മുന്നിൽ നിൽക്കുന്ന കറുമ്പൻ മനുഷ്യക്കുട്ടൻ ചില്ലറക്കാരനല്ലെന്ന് കാടൻപോത്തിന് ബോധ്യമായി. ഭയപ്പെടുത്താനായി അവനൊന്നുകൂടി തലകുലുക്കി. ഫ്രോയ്... ശബ്ദമുയർത്തി.

കുട്ടൻ രണ്ടു കൈയും വിടർത്തിപ്പിടിച്ച് ഭ്രാ... എന്ന് ശബ്ദിച്ചു. കാട്ടുപോത്തിന് ദേഷ്യം വന്നു. അവൻ ഒന്ന് പിന്നോട്ടാഞ്ഞു. ശക്തിയായി മുന്നോട്ടു കുതിച്ചു.

കുട്ടൻ മലർന്നു കിടന്നു. അവനെ കടന്നു നീങ്ങിയ പോത്തിന്റെ കഴുത്തിന് നേരെ പൊങ്ങി അതിന്റെ രണ്ടുകൊമ്പും പിടിച്ചുയർത്തി.

പോത്ത് തലകുടഞ്ഞു. കുട്ടന്റെ പിടിമുറുകി. ഒരു കല്ലിൽ കയറി

നിന്ന് കൊമ്പുകൾ പിടിച്ചുയർത്തി. തന്റെ മുന്നിലെ മനുഷ്യക്കുട്ടി ഉയരുന്നതും തടിക്കുന്നതുമായി കാട്ടുപോത്തിന് തോന്നി.

രണ്ടുകൊമ്പുകളോടെ തലപൊങ്ങിയ കൊമ്പൻപോത്ത് രണ്ടുകാലിൽ നിന്നു. കാലുകൊണ്ട് ചവിട്ടിത്തിമർത്തു. കൊമ്പുകൾ പറിഞ്ഞുപോകുമെന്ന് തോന്നി. കാട്ടുപോത്ത് ഉച്ചത്തിലമറി. കുളമ്പുകൊണ്ട് ചവിട്ടി. ഒരു ചവിട്ട് കുട്ടന്റെ കാലടിയെ ചതച്ചു. കാലടി ചതഞ്ഞുപരന്നു. പിടിവിടാതെ കുട്ടൻ പോത്തിന്റെ കൊമ്പുകൾ പിടിച്ചു തലതിരിച്ചു. അതിന്റെ കണ്ണിൽനിന്നും മൂക്കിൽനിന്നും ചോരയൊഴുകി. വായിൽനിന്ന് നുരയും പതയും വന്നു.

ദയനീയമായി കരഞ്ഞു.

മ്പേ... മ്പേ...

കുട്ടികളും വലിയവരുമായി വനവേടന്മാർ ഓടിവന്നു. മൽപ്പിടിത്തക്കാഴ്ച അവർ അത്ഭുതത്തോടെ നോക്കിനിന്നു. കുട്ടിവേടന്മാർ ആർത്തുവിളിച്ചു. അവർക്കത്ഭുതം കാട്ടുകുട്ടൻ പെട്ടെന്നെങ്ങനെ വലുതായി എന്നതായിരുന്നു. കൊമ്പൻ പോത്തിനേക്കാളുയരം തോന്നിക്കുന്നു.

പോത്തിന്റെ കരച്ചിൽ സഹിയാതെ വന്നപ്പോൾ കുട്ടൻ അതിനെ പിറകോട്ട് തള്ളി. മറിഞ്ഞുവീണ പോത്ത് വിരണ്ടെഴുന്നേറ്റ് വേച്ചുവേച്ചു നടന്നുപോയി.

"കുട്ടാ–"

അമ്മയുടെ നീണ്ട വിളി. അകലെ നിന്നവർ ഓടിവരുന്നു. ഘടോൽക്കചൻ തിരിഞ്ഞുനോക്കി. അമ്മ ഉച്ചത്തിൽ പറഞ്ഞു.

"അതു കാട്ടുമൃഗമാണ്. ഉപദ്രവിക്കരുത്. ഓടി രക്ഷപ്പെട്ടാൽ മതിയായിരുന്നില്ലേ. വല്ല രാക്ഷസന്മാരും വളർത്തുന്ന മൃഗമായിരിക്കും. മായയും മന്ത്രശക്തിയും ഒക്കെയുണ്ടാവും. യമധർമരാജാവെങ്ങാനും മേയാൻ വിട്ടതാണെങ്കിലോ."

അമ്മയുടെ ശബ്ദം അധികമാരും ശ്രദ്ധിക്കുന്നില്ല. കുട്ടികൾ അവന്റെ ചുറ്റുംകൂടി. ഹിഡുംബിയമ്മ അവരോട് കയർത്തു. "എന്തു കാണാനാ കാട്ടുകൂളന്മാരെ നിങ്ങള് നോക്കിനിക്കണേ. ആ കാട്ടുപോത്ത് പകരം വീട്ടാതിരിക്കില്ല."

"വാടാ ഇവിടെ," അമ്മ അവന്റെ കൈ പിടിച്ചുവലിച്ചു.

"ഹാ കുട്ടാ ഘടൂ" – വേടന്മാരുടെ ഒരുമിച്ചുള്ള ശബ്ദം.

കാട്ടുപോത്ത് ഒറ്റക്കുത്തിന് ഒരു വേടനെ കുത്തിവീഴ്ത്തിയിരിക്കുന്നു. മറ്റു വേടന്മാർ ഭയന്നോടുന്നു. അമ്പും വില്ലുമുള്ളവർ അതെടുത്ത് ശരം തൊടുക്കാൻ ഒരുങ്ങുന്നു.

കുട്ടൻ അതുകണ്ടു. അമ്മ എന്തോ പറയുംമുമ്പ് കുട്ടൻ ഒറ്റച്ചാട്ടം. കാട്ടുപോത്തിന്റെ മുന്നിലെത്തിയ അവൻ ഒരു കൊമ്പിൽ പിടിച്ചു. പോത്ത് കുതറി.

ഠ്ലോ...

കാട്ടുപോത്തിന്റെ കൊമ്പു മുറിഞ്ഞു. ചോര ചീറ്റി.

മ്പേ എന്ന നീണ്ട കരച്ചിലോടെ ചാടിച്ചാടി അത് ദൂരേക്ക് പോയി.

പോത്തിൻകൊമ്പ് കുട്ടന്റെ കൈയിൽ.

"കുട്ടൻ ജയിച്ചേ. കുട്ടൻ ജയിച്ചേ."

അമ്മ അവന്റെ കൈ പിടിച്ചുവലിച്ചു നടന്നു. അവർ പിറുപിറുത്തു.

"അത്ര വിജയം മതി. നിങ്ങളൊക്കെയാണവനെ വീറു പിടിപ്പിക്കുന്നത്. വാടാ ഇവിടെ കുറുമ്പാ."

അവർ വേഗത്തിൽ നടന്നു. ചിന്നൻ അവന്റെ കാൽപ്പാദങ്ങളിൽ നോക്കി. കുട്ടന്റെ ഒരു കാലടി ആനക്കാൽ പോലെ പരന്നിരിക്കുന്നു.

മാത്തിരിയും കളോരനും വിളിച്ചുപറഞ്ഞു.

"ദേ, കാൽപ്പിണ്ടി പരന്നേ..."

ഹിഡുംബിയമ്മയ്ക്ക് ദേഷ്യവും സങ്കടവും വന്നു. അവർ കുട്ടികളെ വഴക്ക് പറഞ്ഞു.

"പോടാ ചെക്കന്മാരെ."

കുട്ടനോടവർ ഉപദേശിച്ചു.

"കുട്ടാ, എന്തിനാടാ മകനേ നീ തടി ചീത്തയാക്കണ്. നിന്റെ കാലല്ലേ നീരെടുത്ത് വീർത്തിരിക്കണേ. അല്ലെങ്കിൽത്തന്നെ നിന്നെ പെരുങ്കാലാന്ന് ആളുകൾ വിളിക്കുന്നു."

"പെരുങ്കാലൻ, പിണ്ടിക്കാലൻ–" കുട്ടികൾ മാറിമാറി പറഞ്ഞുകൊണ്ടിരുന്നു.

ഘടോൽക്കചൻ വളഞ്ഞ പോത്തിൻകൊമ്പ് കൈയിലെടുത്ത് തിരിച്ചും മറിച്ചും നോക്കി. കടഭാഗം നിലത്തും പുല്ലിലുമുരച്ച് വൃത്തിയാക്കി. നീണ്ടുവളഞ്ഞ കൊമ്പിന്റെ അറ്റം കൂർത്തിരിക്കുന്നു.

അവൻ ഒരുനിമിഷം ആലോചിച്ചു. ഇത് ഒരായുധമാക്കണോ. അറ്റം കൂടി തുളച്ച് ഒരു കുഴലാക്കണോ. അവൻ കൊമ്പിന്റെ കൂർത്ത അറ്റം ഒരു പാറപ്പുറത്തുരച്ചു. മുന തേഞ്ഞുതേഞ്ഞുവന്ന് ഒരു ദ്വാരമായി.

കുഴൽ ചുണ്ടിൽവച്ച് ഊതി.

"കോം കോം."

ഒരുതരം ശബ്ദമുയർന്നു. കുട്ടന് രസം തോന്നി. അവൻ ശ്വാസം ക്രമീകരിച്ച് ഉറക്കെ വിളിച്ചു.

"കേ കേ കേ..."

ശബ്ദം ഈണത്തിൽ വനാന്തരങ്ങളിൽ മുഴങ്ങി. അവൻ മലമുകളിലേക്ക് കയറി. നെറുകയിൽ ഒരു പാറയ്ക്ക് മുകളിൽ നിന്നു. ചുറ്റും തിരിഞ്ഞ് കുഴൽ വിളിച്ചു.

"കേ കേ കേ കോം..."

നാലുഭാഗത്തുനിന്നും പ്രതിധ്വനി.

അപൂർവശബ്ദം കേട്ട് പൊന്തകളിൽനിന്ന് മൃഗങ്ങളും പക്ഷികളും പുറത്തുവന്ന് പകച്ചുനിന്നു. മാളങ്ങളിൽനിന്ന് ഇഴജന്തുക്കൾ പുറത്തുവന്നു. വിവിധ വനങ്ങളിലെ വേടന്മാർ പരിഭ്രമിച്ചു.

ഈ കുഴൽവിളി ഒരു ലക്ഷണമാണ്. മൂപ്പന്മാർ അഭിപ്രായപ്പെട്ടു. വേടന്മാരുടെ ഒരു കാഹളം.

അവർ കൂടിയാലോചിച്ചു. ഇത്തരം കുഴൽവിളി ഒരന്വേഷണവും കണ്ടുപിടുത്തവുമാണ്. ഏറ്റവും കരുത്തുള്ള ഒരു കാട്ടുമൃഗത്തിനെ അടിയറവ് പറയിച്ചതിന്റെ വിജയകാഹളം.

കാട്ടുകുട്ടന്മാരും വൃദ്ധവേടന്മാരും പലതും പറഞ്ഞുകൊണ്ട് പിരിഞ്ഞു. കാട്ടിലെ നായകനാവാൻ പോന്നവനെ സൂക്ഷിക്കണമെന്നെല്ലാവരും പറഞ്ഞു. ചില അന്തമില്ലായ്മ, ചില കുസൃതിത്തരങ്ങൾ, ചില അനുസരണക്കേട്. മൂപ്പന്മാർ അവനിൽ കണ്ട ദോഷങ്ങളെപ്പറ്റി പരസ്പരം വിമർശിച്ചു. ഏകലവ്യമൂപ്പൻ അവനിൽ നന്മകൾ കണ്ടു. മലവേടന്മാരോട് പറഞ്ഞു:

"നിങ്ങള് പേടിക്കേണ്ട. അവൻ കാടിനും നാടിനും വേണ്ടപ്പെട്ടവനാകും."

ഘടോൽക്കചൻ കൊമ്പുകുഴൽ കക്ഷത്തുവെച്ച് ഒന്നും സംഭവിക്കാത്ത മട്ടിൽ ചാടിച്ചാടി കുന്നിറങ്ങിവന്നു. താഴ്‌വരയിൽ ഹിഡുംബിയോടൊപ്പം വനവാസിപ്പെണ്ണുങ്ങളെല്ലാം കൂടിയിരുന്നു. അവർക്കെല്ലാം

സന്തോഷം. വനവേടന്മാർ കുട്ടനോടൊപ്പം വന്നു. പ്രത്യേകിച്ചും കുട്ടികളും ചെറുപ്പക്കാരും.

ഇപ്പോൾ വനത്തിലെ ഏറ്റവും പുതിയ ഒരു ശബ്ദത്തിന്റെ ഉടമയായിരിക്കുന്നു. ആ ശബ്ദത്തിന് ഗാംഭീര്യമുണ്ട്. ഞാൻ എല്ലാവർക്കും മീതെയാണെന്ന് വിളിച്ചുപറയുന്നപോലെ തോന്നും. ഒരു വെല്ലുവിളിയുടെയും വിജയത്തിന്റെയും സംഗീതം.

കൂട്ടുകാർ കുട്ടന് ചുറ്റും കൂടി. അവന്റെ കുറുങ്കുഴൽ തരാനാവശ്യപ്പെട്ടു. തേവൻ കുഴൽ വിളിക്കാൻ ശ്രമിച്ചു. ശു എന്ന ശബ്ദം മാത്രം. കുട്ടൻ കൊമ്പുവാങ്ങി. ശബ്ദം ക്രമീകരിച്ച് ഊതി.

"കേ കേ കെക്കെ കേ..."

ആദ്യം കാഹളമായി പിന്നീടീണമായി സംഗീതമായി ചുവടുവച്ച് കളിക്കാൻ തക്കവണ്ണം താളാത്മകമായി.

കുട്ടികളും വലിയവരും സ്ത്രീകളും വട്ടത്തിൽ നിരന്നു. അവർ കുഴൽവിളിയുടെ താളത്തിൽ ചുവടുവച്ചു.

"കെക്കെ കേ..."

കുഴൽവിളി മുഴങ്ങി. താളവും ചുവടും അതിന്റെ ഈണവുമനുസരിച്ചായി. ആ കുഴൽവിളി ഒരു ജനസമൂഹത്തിന്റെ കാഹളമായി.

കുട്ടികളും വലിയവരും ആണുങ്ങളും പെണ്ണുങ്ങളും ഒന്നായി. വള്ളികളും ചെടികളും തലകുലുക്കി.

കാറ്റുവീശി. ചെറിയ മഴത്തുള്ളികൾ വീണു. കളിക്കാരുടെ വേർപ്പുതുള്ളികളുമായി ലയിച്ചൊഴുകി.

ഹിഡുംബി മകനെ കോരിയെടുത്തു. അവന്റെ പെരുത്ത കാലടിയിൽ തഴുകി. കാട്ടുപോത്തുമായുള്ള മൽപ്പിടിത്തത്തിൽ ക്ഷീണിച്ചിരിക്കും. പാവം. അമ്മ മകന്റെ കുടംപോലത്തെ തല തടവി. ചാറ്റൽമഴത്തുള്ളികളും വിയർപ്പും ചപ്രമുടിയിൽ തെറിച്ചുനിൽക്കുന്നു.

ചെക്കന് വല്ലാത്ത കനം. അമ്മ മകനെ താഴെ ഇറക്കി. അവന്റെ കൈപിടിച്ചു നടന്നു. മകൻ വലുതാവുന്നു. അമ്മയുടെ മനസിൽ സന്തോഷവും ആശങ്കയുമുണ്ടായി.

കാട്ടാളതലമുറയുടെ നേതാവായി മകൻ വളരുന്നത് സന്തോഷമാണ്. ആരുടെയും പിടിയിലൊതുങ്ങാത്തവനായി വളരുന്നതിൽ ആശങ്കയുണ്ട്.

വലിയ മൂപ്പന്മാർ അമ്മയുടെയും മകന്റെയും പോക്കുനോക്കി. കാട്ടാളത്തോറ്റം പാടുന്ന കാട്ടുമൂപ്പൻ ശ്ലോകംപോലെ ഉരുവിട്ടു.

"തുറുങ്കണ്ണൻ പെരുവയറൻ
കാതുകൂർത്തോൻ ഭയങ്കരൻ
ഭീമനാദൻ തുടുചുണ്ടൻ
തീക്ഷ്ണദംഷ്ട്രൻ മഹാബലൻ
ദീർഘനാസൻ മഹാരസ്കൻ
പെരുങ്കാൽ പിണ്ടിയുള്ളവൻ
മറ്റു പിശാചുക്കളേക്കാളുഗ്രൻ
ബാല്യത്തിൽത്തന്നെ യൗവനൻ."

ഏകലവ്യമൂപ്പൻ ഓടിവന്ന് തോറ്റക്കാരന്റെ കൈ പിടിച്ചു.

"തോറ്റക്കാരൻ മൂപ്പരേ, ഓനെ വല്ലാണ്ടെ പുകഴ്ത്തരുതേ, ഇപ്പോ ത്തന്നെ നല്ല കുറുമ്പും തണ്ടുമുണ്ട്. വല്ലാതെയങ്ങ് പൊക്കിയാ പിന്നെ പിടിച്ചാ കിട്ടില്യാ."

മറ്റു മൂപ്പന്മാരും ആ അഭിപ്രായംതന്നെ പറഞ്ഞു. "ഓൻ ഒറ്റയ്ക്കും തെറ്റയ്ക്കും നടന്ന് വല്ല ഏടാകൂടത്തിലും ചെന്നുചാടും. നാട്ടുമനുഷ്യർ ഇടക്കിടെ കേറുന്ന കാടാണിത്."

തോറ്റംപാട്ടുകാരൻ എല്ലാവരോടുമായി പറഞ്ഞു. "ഓൻ വലുതാവട്ടെ മൂപ്പനാരേ. നമ്മുടെ വംശത്തിന്റെ നായകനാവാൻ പോന്നോനാ ഓൻ. ഓന്റമ്മയ്ക്കുതന്നെ എടുത്താ പൊന്താതായി. അവൻ അമ്മയെ എടുത്തു ചുമലിൽ വയ്ക്കും. കൈത്തണ്ടയിൽ നമ്മളെയൊക്കെ തൂക്കി നിർത്താൻ ഓനാകും."

വല്യമൂപ്പൻ എല്ലാവരോടുമായി പറഞ്ഞു.

"ഇതൊക്കെ നമുക്കെല്ലാം ബോധ്യമാണല്ലോ. ഉള്ളിൽവെച്ചാമതി. ഉള്ളതിലധികം പൊക്ക്യാ അവന് കണ്ണ് കാണാതാവും. ആരടെ മേക്ക്ട്ടാ കേറാന്ന് പറയാനാവില്ല. കുട്ടിയാണെങ്കിലും വലിയ കുറുമ്പാ ഓന്–ഇപ്പോത്തന്നെ നിങ്ങക്കറിയാലോ."

അമ്മയും മകനും കല്ലും പൊന്തയും ചവിട്ടിമെതിച്ച് നടന്നു പോയി.

10

ആനക്കൂട്ടവും പുലിയും

കാട്ടുമൂപ്പന്മാർ കൂട്ടംകൂടി. വലിയ മൂപ്പൻ, മല്ലിമൂപ്പൻ, മന്ത്രവാദി, പാട്ടുകാരൻ, ആശാൻ — എല്ലാവരും പാറകളിലും പച്ചിലകളിലുമായി ഇരുന്നു.

പലരെയും തലകൊണ്ട് തട്ടിയെറിഞ്ഞവനാണ് ഒറ്റയാൻകാരിപ്പോത്ത്. മലയുടെ പല ഭാഗങ്ങളിലും ഇങ്ങനത്തെ കൊമ്പന്മാരുണ്ട്. അമ്പെയ്തും കല്ലെറിഞ്ഞും കൂവിവിളിച്ചുമാണവയെ അകറ്റാറ്.

അവന്റെ കൊമ്പ് രണ്ടും പിടിച്ച് മേലോട്ടുപൊക്കുന്നത്, കൊമ്പ് ഒടിച്ചെടുക്കുന്നത് – എല്ലാം പുതിയ അനുഭവമായിരുന്നു.

പൊതുവെ കാട്ടുജാതിക്കാരുടെ ക്ഷേമകാര്യങ്ങൾ ശ്രദ്ധിക്കുന്ന മല്ലി മൂപ്പൻ എല്ലാവരോടുമായി പറഞ്ഞു.

"കൂട്ടംതെറ്റാതെ, വഴി തെറ്റാതെ കണ്ണിലെ കൃഷ്ണമണിപോലെ ഓനെ സൂക്ഷിക്കണം."

കൊച്ചുമൂപ്പൻ മറുപടിപോലെ പറഞ്ഞു. "കുട്ടന്റെ അമ്മയ്ക്കുതന്നെ നൂറു കണ്ണുണ്ടല്ലോ. പിന്നെ മായയും ജാലവും ഉണ്ടല്ലോ. അതൊക്കെ കുട്ടനേം പഠിപ്പിച്ചു കാണും."

അവരെല്ലാം അഭിപ്രായം ശരിവച്ചു. ഹിഡുംബിയമ്മയ്ക്ക് നല്ല തടിമിടുക്കുണ്ട്. പുരുഷന്മാരുടെ ആരോഗ്യവും മായാജാലങ്ങളും കൈയിലുണ്ട്. ആരെയും കൂസാത്ത പ്രകൃതം പുരുഷന്മാരെ പലപ്പോഴും ഞെട്ടിച്ചിട്ടുണ്ട്. പറഞ്ഞാൽ കേൾക്കാത്തവളെന്നതിനാൽ കുറുമ്പി എന്ന് വലിയമൂപ്പൻ പറയാറുണ്ട്.

അമ്മയായശേഷം കുട്ടനുമായി കളിയും മൽപ്പിടുത്തവുമൊക്കെ അവർ കൗതുകത്തോടെ നോക്കി. കുഴൽവിളിക്കൊപ്പം ആടുന്ന കാര്യത്തിൽ ഹിഡുംബിയമ്മ തന്നെയായിരുന്നു മുന്നിൽ.

അമ്മയും മകനും കൈപിടിച്ച് ഒപ്പം വീശി നടന്നുപോകുന്നത് അവർ കൗതുകത്തോടെ നോക്കി. രണ്ടുപേരും ഒന്നാണെന്ന് അവർക്കു തോന്നി.

കുട്ടൻ കൂട്ടുകാരുടെ കൂടെയെത്തി. മാനംമുട്ടിനിൽക്കുന്ന മലമുടികളിലേക്കവർ നോക്കി. കുട്ടൻ മാതേവനോട് പറഞ്ഞു.

"നമുക്കാ മലയിലൊന്നുപോയി നോക്കാം."

കുട്ടികൾ പേടിച്ചു. "വേണ്ട കുട്ടാ. വല്യമൂപ്പൻ തല്ലും. നമ്മക്ക് പോവാൻ പാടുണ്ടോന്ന് ചോദിക്കണം."

ആ മലയെപ്പറ്റി വലിയവർ പറഞ്ഞു കേട്ടിട്ടുണ്ട്. കുരങ്ങന്മാർ പാർക്കുന്ന ഋഷ്യമൂകാചലത്തെപ്പറ്റി. മൂപ്പന്മാർ കൂട്ടംകൂടുമ്പോൾ പറയാറുണ്ട്.

നമ്മളവിടെ പോകാറില്ല. അവിടം കുരങ്ങന്മാരുടെ താമസസ്ഥലമാണ്. പണ്ട് ഭഗവാൻ ശ്രീരാമൻ അവരെ താമസിക്കാനനുവദിച്ച സ്ഥലം. കണ്ടതെന്തും കടിച്ചുതിന്നാമത്രെ. കടിച്ചതെല്ലാം കരിമ്പുപോലെ മധുരമാകുമെന്നും പിടിച്ചതെല്ലാം ഇരുമ്പുപോലെ ബലമുള്ളതാകുമെന്നും ഭഗവാൻ വരംകൊടുത്തിട്ടുണ്ടുപോലും.

നോക്കെത്താദൂരത്തേക്കുയർന്നു നിൽക്കുന്ന മലനിരകൾ. പൊന്ത കളും വൃക്ഷങ്ങളും വളർന്നുനിൽക്കുന്ന മഹാമല. നോക്കിനിൽക്കെ കുട്ടന് ആവേശം വർധിച്ചു. മാത്തിരിയും മാതേവനും അവന്റെ മുഖ ത്തേക്കു നോക്കി. കണ്ണുകൾ തുറിച്ചിരിക്കുന്നു. കൃഷ്ണമണികൾ അന ങ്ങാതിരിക്കുന്നു. ചുണ്ടുകൾ കൂർപ്പിച്ചിരിക്കുന്നു.

അവർക്കറിയാം കൂട്ടുകാരൻ എന്തോ തീരുമാനിച്ചിട്ടുണ്ട്. അവർ നോക്കിനിൽക്കേ കുട്ടൻ വേഗത്തിൽ നടന്നു. മലഞ്ചെരുവിൽ വീതിയുള്ള പാറയ്ക്കുമേൽ ചമ്രം പടിഞ്ഞിരുന്ന് പച്ചിലകൾ കടിച്ചുതുപ്പുന്ന വലിയ മൂപ്പന്റെ അടുത്തുചെന്നു. മൂപ്പൻ അവന്റെ വരവ് നേരത്തെ കണ്ടിരുന്നു.

അദ്ദേഹം ചോദിച്ചു. “എന്താ കുട്ടാ, ഇന്ന് കാട്ടുപോത്തിനെയൊന്നും കിട്ടീലേ?”

കുട്ടൻ ഒന്നും മിണ്ടാതെ മൂപ്പന്റെ കുടംപോലെ ഉന്തിയ വയറിൽ നോക്കിയിരുന്നു.

വായിലെ പച്ചിലച്ചണ്ടി പുറത്തേക്ക് തുപ്പിക്കളഞ്ഞ് വൃദ്ധൻ പറ ഞ്ഞു. ഇന്ന് ആനയോടായിക്കോട്ടെ, മല്ലയുദ്ധം.

കുട്ടന് മനസിലൊരു ഞെട്ടലുണ്ടായി. ആന നേരിട്ടുവന്നാൽ എങ്ങനെ കീഴ്പ്പെടുത്താനാകുമെന്ന് ഇന്നലെ കുറേ ആലോചിച്ചതാണ്. മൂപ്പൻ തന്റെ മനസറിഞ്ഞപോലെ ചോദിക്കുന്നു.

അൽപ്പസമയം ആരും മിണ്ടാതിരുന്നു. മൂപ്പൻ കണ്ണടച്ചിരിക്കുന്നു. കുട്ടൻ മടിച്ചു മടിച്ചു ചോദിച്ചു.

“ഞാൻ ആ വലിയ മലയിലേക്കൊന്നു പോകട്ടെ.”

അവൻ ചൂണ്ടിക്കാട്ടി. വൃദ്ധന്റെ കണ്ണുകൾ മലയടിവാരത്തിൽനിന്ന് മുകളറ്റം വരെ ഉയരുകയും താഴുകയും ചെയ്യുന്നതുപോലെ ഘടോൽക്ക ചനു തോന്നി.

“കുട്ടാ,” വൃദ്ധൻ വിളിച്ചു. അവൻ ശ്രദ്ധാപൂർവം കേട്ടു.

“അവിടെ നമ്മളാരും പോവാറില്ല. ഋഷ്യമൂകാചലത്തിലിപ്പോൾ കുര ങ്ങന്മാരും അവരുടെ കീഴിലുള്ള മൃഗങ്ങളുമാണ്. അങ്ങോട്ടെത്താൻതന്നെ ഒരുപാട് ബുദ്ധിമുട്ടാണ്. വലിയ വലിയ പാറക്കെട്ടുകൾ കാണും. ആന യാണോ കരിമ്പാറയാണോ എന്ന് തിരിച്ചറിയില്ല. കരടിയും പുലിയും ഇവിടത്തേക്കാളുണ്ട്. വിഷപ്പാമ്പുകൾ...”

കുട്ടൻ പറഞ്ഞു: “ഉണ്ടാവട്ടെ. ഒക്കെ ഉണ്ടാവട്ടെ. അങ്ങനത്തെ സ്ഥലമാണെനിക്ക് വേണ്ടത്.”

അവൻ പിന്മാറാനുള്ള ലക്ഷണമില്ല. വേടന്മാർക്ക് ആനയേയും പുലിയെയും വലിയ ഭയമാണെന്ന് കുട്ടന് മനസിലായി. എതിർക്കാൻ വരുന്നവരെക്കണ്ട് ഭയന്ന് പിന്മാറുക – ഘടോൽക്കചനങ്ങനെ ചിന്തിക്കാ നേ കഴിയുന്നില്ല.

മൂപ്പന്റെ ചിമ്മിയ കണ്ണുതുറക്കുംമുമ്പ് രക്ഷപ്പെടണം. കുട്ടൻ പിൻവാങ്ങി.

കുട്ടനോടൊപ്പം നാലു കൂട്ടുകാരും ചേർന്നു. തേവൻ, മാലൻ, മാതേവൻ, ചിണ്ടൻ. അവരഞ്ചുപേർ ഒന്നിച്ചു നീങ്ങി. ഓടിയും ചാടിയും കണ്ട പച്ചിലകൾ പറിച്ചുവായിലിട്ട് ചവച്ചു നടന്നുപോകുന്ന അവരെ വലിയ മൂപ്പൻ കൗതുകത്തോടെ നോക്കി. വാനരദേശത്തേക്ക് പോകുന്ന അവർക്ക് വാലിന്റെ കുറവേ ഉള്ളുവെന്നദ്ദേഹത്തിനുതോന്നി. അദ്ദേഹം തേവൻകുട്ടിയോടു വിളിച്ചുപറഞ്ഞു.

"ചെക്കന്മാരേ... ഓനെ സൂക്ഷിക്കണംട്ടോ. കാട്ടുപോത്തിനെ തോൽപ്പിച്ച ഹുങ്കുണ്ടാവും കുടത്തലയന്റെ മനസില്. നോക്കിക്കോണം മരക്കൊട്ടവാലന്മാരെ."

വായിലെ തരിപ്പിക്കുന്ന ഇലകളുടെ അവശിഷ്ടങ്ങൾ നൊട്ടിനുണച്ച് മൂപ്പൻ വിളിച്ചുപറഞ്ഞുകൊണ്ടിരുന്നു.

"വയ്യാത്ത കാര്യങ്ങൾക്കൊന്നും മെനക്കെടരുത്. പരിചയമില്ലാത്ത സ്ഥലത്ത് പരീക്ഷണത്തിനൊന്നും മുതിരരുത്. ഉടമസ്ഥരുള്ള വസ്തുക്കൾ കാണാതെ എടുക്കരുത്."

കുട്ടികൾ അതുകേട്ടു. ചിണ്ടൻ കുട്ടനോട് ചോദിച്ചു. "വല്യമൂപ്പൻ പറഞ്ഞത് കേട്ടില്ലേ! നമുക്ക് കുഴപ്പത്തിനൊന്നും പോണ്ടട്ടോ."

ഘടോൽക്കചൻ കൂട്ടുകാരെ സമാധാനിപ്പിച്ചു. "എന്തിനാടോ ഇവരിത്ര ഭയപ്പെടണ്! നമ്മള് ആരെയെങ്കിലും ആക്രമിക്കണ്ണ്ടോ?"

കൂട്ടുകാർക്ക് ഘടോൽക്കചന്റെ ആത്മവിശ്വാസത്തിൽ മതിപ്പുതോന്നി. അവർ കൂട്ടമായി നടന്നു.

അടുത്തടുത്തായി അടുക്കിവച്ചപോലെ കുന്നുകൾ. അവർ ഒന്നാം മലയിൽനിന്ന് മേലോട്ടുനോക്കി.

ഒന്നാംമലേൽ നിന്നാ രണ്ടാംമല കാണാം. ഇവിടെ എന്താണുള്ളത്? അവർ പരസ്പരം പറഞ്ഞു. കുറെ കുറ്റിച്ചെടികളും കരിമ്പാറകളും മാത്രം. രണ്ടാം മലയിലെ മരങ്ങൾക്ക് വലിപ്പമുണ്ട്. അവർ മരക്കൊമ്പുകൾ പിടിച്ചുകുലുക്കി. വലിയ ഒരു മരത്തിന് മുകളിൽ ഏതാനും ജീവികൾ.

മാതേവൻ പറഞ്ഞു. "മുതുമൂപ്പൻ പറഞ്ഞ കുരങ്ങുകളായിരിക്കും അത്."

തേവൻ ചോദിച്ചു. "അവ നമ്മളെ ഉപദ്രവിക്ക്വോ? തുറിച്ചുനോക്കണ്ണ്ട്."

കുട്ടൻ ഒരു കൈ വീശി. കുരങ്ങനെ ആട്ടി.

ഖുശ്... ഖുശ്ശ്...

ശബ്ദമുണ്ടാക്കി ഒരു കൊമ്പിൽനിന്ന് മറ്റൊന്നിലേക്ക് അവ പകർന്നു പകർന്ന് ഓടി. ചാടി. അവർ ഒന്നിച്ച് ശബ്ദമുണ്ടാക്കി.

"ഒന്നാംമല കേറി കേറിവാ ചാടിവാ."

കുട്ടൻ വീണ്ടും പാടി.

"രണ്ടാം മലയെത്തി ചാടിവാ കേറിവാ."

അവർ മൂന്നാംമലയിലെത്തി. വലിയ വലിയ മരങ്ങൾ. പിടിയെത്താത്ത ഒരു മരത്തിന്റെ കമുളിയിൽ അവർ പിടിച്ചുകയറി ഇരുന്നു.

മലയ്ക്കു താഴെ കറുകറുത്ത പാറകൾ അടുക്കിവച്ചത് കണ്ട് കുട്ടൻ സൂക്ഷിച്ചുനോക്കി.

ചിന്നൻ അത് ആനകളാണെന്ന് മനസിലാക്കി കുട്ടനോടു പറഞ്ഞു. "അത് ആനകളാണ്. നമുക്ക് അനങ്ങാതിരിക്കാം."

അഞ്ചാറാനകൾ. മനുഷ്യമണമറിഞ്ഞാവണം അവ തുമ്പിക്കൈ ഉയർത്തി. വലിയ കൊമ്പൻ മുന്നിലായി നടന്നു. മരങ്ങൾക്കരികിലൂടെ മണംപിടിച്ചു.

കുട്ടൻ രണ്ടു കൈയും നിവർത്തി പാറപ്പുറത്തേക്ക് ചാടി. കൂട്ടുകാർ ഭയന്നു. ഇവൻ എന്ത് ഭാവിച്ചാണെന്നാവോ.

കൂട്ടരെ, ഭയപ്പെട്ടു മാറിനിന്നാൽ നമുക്കൊന്നും ചെയ്യാനാവില്ല. ആന ഒറ്റയ്ക്ക് വരുമെങ്കിൽ വരട്ടെ. ഘടോൽക്കചൻ കൈമുഷ്ടികൾ ചുരുട്ടി.

കൂട്ടുകാർ മരക്കൊമ്പുകൾ പിടിച്ചുകുലുക്കി. മുന്നിലെ കൊമ്പൻ അവരെ കണ്ടു. അവൻ പിൻതിരിഞ്ഞു. മറ്റാനകൾ അവർക്ക് പിന്നിലായി നടന്നുനീങ്ങി. കുട്ടൻ വിളിച്ചുപറഞ്ഞു.

"ചിന്നാ അവറ്റയ്ക്ക് നമ്മെ പേടിയാണെന്ന് തോന്നുന്നു."

മാതേവൻ പറഞ്ഞു. "ആവോ. അവര് നമ്മെ ഉപദ്രവിക്കണ്ടാന്ന് കരുതീതാവും. നമുക്ക് തിരിച്ചുവരുമ്പോൾ നോക്കാം. ആ വലിയ മല വരെ എത്തണ്ടെ? ഒന്ന് രണ്ട് ..." അവർ എണ്ണി. ഏഴ്. ഏഴാംമലയാണ് മാനംമുട്ടിനിൽക്കുന്നത്.

ഋഷ്യമൂകാചലം. ഘടോൽക്കചൻ പേര് ഓർമിച്ചെടുത്തു. തേവൻ പറഞ്ഞു. "ഋഷിക്കുന്ന് ആവട്ടെ."

ഉം– എന്നാ മൂളിക്കോ– ഘടോൽക്കചൻ പാറപ്പുറത്തുനിന്ന് ദൂരേക്കെടുത്തു ചാടി.

"ഊം–ഉം ഊം." കൂട്ടുകാർ മൂളുകയും ഏറ്റുമൂളുകയും ഓരോ മൂളലിലും ഒരു പാറയിൽനിന്ന് മറ്റൊന്നിലേക്ക് ചാടുകയും ചെയ്തുകൊണ്ടിരുന്നു.

"മൂന്നാംമലയിൽ കേറിക്കോ." തേവൻ ഉച്ചത്തിൽ പാടി. കൂട്ടുകാർ ഏറ്റുപാടി.

"അവിടന്ന് മലക്കം മറിഞ്ഞാളാ.
നാലാംമലയിൽ
അവിടന്ന് മലക്കം മലക്കം മറിഞ്ഞാളാ
അഞ്ചാം മലയിൽ – മലക്കം മലക്കം മലക്കം–"

കുട്ടന് ശുണ്ഠിവന്നു.

"എത്ര മലക്കം വേണമെടാ? എല്ലാം മലക്കോംകൂടി ഒന്നിച്ചങ്ങുമറിഞ്ഞാപ്പോരെ. ഇന്നാ – നോക്ക്."

അവൻ നിന്നനിൽപ്പിൽ നിന്നൊന്ന് കുനിഞ്ഞുയർന്നു. മൂന്നുനാല് പാറക്കെട്ടുകൾക്കകലെ മലക്കം മറിഞ്ഞുനിന്നു.

"കൂട്ടുകാർ കഷ്ടപ്പെട്ടു. എടാ പെരുങ്കാലാ ഇതൊക്കെ നിന്നെക്കൊണ്ടേ പറ്റൂ. കുടത്തലയാണല്ലോ. താഴേയ്ക്കുരുളാനാവും എളുപ്പം."

"അപ്പോ തലപൊട്ടി കൊടംപൊട്ടി ഉരുളാലോ." മാതേവൻ ഈണത്തിൽ പാടിയപ്പോൾ ഘടോൽക്കചൻ പറഞ്ഞു.

"എടാ നീ തോറ്റക്കാരൻ മൂപ്പന്റെ മകനല്ലേടാ. പാടിക്കോ. അതാ വരുണ്ണു കേൾക്കാൻ ആള്–"

നാലാം മലയിൽ അവരെ എതിരേറ്റത് മാനുകളും കാട്ടാടുകളുമായിരുന്നു. നാലഞ്ചു വേടച്ചെക്കന്മാരെ കണ്ട് അവർ വിരണ്ടോടി.

കൂട്ടുകാർ പൊന്തകൾ വകഞ്ഞുമാറ്റി നടന്നു. നീണ്ട പുല്ലുകൾക്കിടയിൽനിന്ന് ഒരു സിംഹം പുറത്തേക്ക് വന്നു.

കുട്ടികളെക്കണ്ട് അവൻ പല്ലിളിച്ചു. ഗ്ലാ എന്ന് ശബ്ദിച്ചു. തേറ്റ പുറത്തുകാട്ടി നാവുനീട്ടി.

മാറിക്കോ കുട്ടാ. ഓൻ ചാടാനാ നോക്കണ് – തേവൻ വിളിച്ചുപറഞ്ഞു.

കുട്ടൻ സിംഹത്തിനു നേരെ നിന്നു. കൈകാൽ കുടഞ്ഞു. മാതേവനും ചിന്നനും തേവനും ഒപ്പം നിന്നു. കൂട്ടുകാർ സംശയം പ്രകടിപ്പിച്ചു.

"നമ്മൾക്ക് മാറണോ?"

കുട്ടൻ ഉറപ്പിച്ച് പറഞ്ഞു. വേണ്ടടാ. ഒപ്പം നിൽക്കിൻ. കൈ ചുരുട്ടിപ്പിടിക്കിൻ. അങ്ങോട്ടിപ്പോൾ ചാടും എന്നു തോന്നണം.

സിംഹവും കുട്ടന്മാരും അന്യോന്യം നോക്കി കുറച്ചിട നിന്നു. സിംഹം ഇളകിയില്ല. കുറേ തുറിച്ചുനോക്കിയശേഷം കണ്ണൊന്നു ചിമ്മിത്തുറന്നു. വായ് തുറന്നടച്ചു. വാലുപൊക്കിയാട്ടിക്കൊണ്ട് നടന്നുപോയി. അകലെ ഏതോ കൊച്ചുമൃഗത്തിന്റെ അനക്കം കേട്ട് അങ്ങോട്ടോടി.

കുട്ടൻ ഉച്ചത്തിൽ പൊട്ടിച്ചിരിച്ചു. കൂട്ടുകാരും ചിരിച്ചു. ചിരി നിർത്തി തേവൻ പറഞ്ഞു. "എടോ ഇങ്ങനെ പൊട്ടത്തരം കാണിക്കണോ? ശബ്ദം കേട്ട് സിംഹങ്ങൾ ഓടിവന്നാലോ. നമ്മടെ പൊടിപോലും കാണിക്കാതെ തിന്നുകളയും."

"ഈ പേടിക്കൊടിലന്മാരെക്കൊണ്ട് തോറ്റു." കുട്ടന് ദേഷ്യം വന്നു. "നമുക്ക് ഒരു ശബ്ദവും ഉണ്ടാക്കാതെ നടക്കാനാവില്ല."

എന്നാ ശരി തൊടങ്ങിക്കോ
കല്ലൻകുന്നിൽ കേറീലോ
അവിടന്നൊന്നും കണ്ടില്ല.
രണ്ടാംമലയിൽ ചാടീപ്പോ
കൊരങ്ങന്മാരും മിണ്ടീല
മൂന്നാംമലയിൽ ആനക്കൂട്ടം
നാലാംമലയിൽ സിംഹച്ചൻ
അഞ്ചാംമലയിൽ ചാടട മറിയട
ആറും ഏഴും കേറട കേറടാ–
ധിത്തക ധുമതക...

അവർ കൂട്ടപ്പാട്ടുപാടുകയും ചെടിക്കമ്പുകളും മരക്കൊമ്പുകളും പിടിച്ചെടുത്തു വീശുകയും ചെയ്തു. പാറകളിൽനിന്ന് പാറകളിലേക്ക്. പൊന്തകളിൽനിന്ന് പൊന്തകളിലേക്ക്.

11

കുരങ്ങന്മാരുടെ സാമ്രാജ്യം

ഇപ്പോൾ ഏഴാംമലയിലെത്തിയെന്നവർക്ക് തോന്നി. ഇതായിരിക്കും ഋഷിമല. ഘടോൽക്കചനും കൂട്ടുകാരും കരുതി. പാട്ടും ചാട്ടവുമായി വല്ലാതെ ക്ഷീണിച്ചിരിക്കുന്നു. കുട്ടനും കൂട്ടുകാരും വീതിയുള്ള പാറപ്പുറത്തിരുന്നു. മീതെ പന്തലിച്ച ഞാവൽമരം. ഉതിർന്നുവീഴുന്ന കറുത്ത ഞാവൽപ്പഴങ്ങൾ.

ഞാവൽപ്പഴങ്ങൾ നുണച്ചിറക്കി കുരുക്കൾ പുറത്തേക്ക് തുപ്പി അവർ മലകളുടെ അടുക്കുകൾ ശ്രദ്ധിച്ചു. അകലെ താഴ്വരയിൽനിന്ന് കുറേരൂപങ്ങൾ കുന്നുകയറി വരുന്നു. കണ്ടാൽ മനുഷ്യർ തന്നെ. രണ്ടുകാലിൽത്തന്നെ നടത്തം. ചിലപ്പോൾ കൈകൾ നിലത്ത് കുത്തുന്നുണ്ട്. പലരുടെയും കൈയിൽ അറ്റത്ത് മകുടമുള്ള വടികൾ. ഏകലവ്യമൂപ്പൻ പറഞ്ഞ ഗദകളായിരിക്കുമെന്നവർ കരുതി.

ഇവർ കുരങ്ങന്മാർ തന്നെ. കുട്ടനും കൂട്ടുകാരും കരുതി. അവരുടെ കൈയിലുള്ളത് ആയുധങ്ങൾ ആയിരിക്കും. കൂട്ടുകാരുടെ നേർക്കുതന്നെ അവർ നടന്നടുക്കുന്നു.

കുട്ടൻ കൂട്ടുകാർക്കു മുന്നിൽനിന്നു. വലിയ ആൾക്കുരങ്ങൻ അവർക്കുനേരെ നിന്നു. അഞ്ചുപേരെയും കൗതുകത്തോടെ നോക്കി. സൗമ്യമായ ശബ്ദത്തിൽ ചോദിച്ചു:

“നിങ്ങൾ ആരാണ് കുട്ടികളേ... പരിചയമില്ലാത്ത ഈ വനത്തിൽ എന്തിനാണ് വന്നത്?”

കുട്ടനും സുഹൃത്തുക്കളും കൈകൂപ്പി പറഞ്ഞു: “ഞങ്ങൾ വടക്കൻമലയിലുള്ളവരാണ്. ഈ മലകളൊന്ന് കാണാമെന്ന് കരുതി. ഏഴാംമലയുടെ മുകളിലെത്തിയതേയുള്ളൂ.”

വലിയ കുരങ്ങനും കൂട്ടർക്കും കുട്ടികളുടെ വിനയപൂർവമുള്ള മറു

പടി ഇഷ്ടമായി. കൂട്ടത്തിലെ കുരങ്ങത്തി അവരോട് പറഞ്ഞു:

"നിങ്ങൾ നോക്കിക്കണ്ടോളൂ. കൂട്ടുതെറ്റി വല്ലേടത്തും അലയണ്ട. മനുഷ്യരുടെ കാലുകൾക്ക് പറ്റിയതല്ല ഇവിടത്തെ കല്ലും മണ്ണുമൊക്കെ. സൂക്ഷിച്ചു നടന്നോളിൻ."

"ഈ കാട്ടിന്നപ്പുറത്ത് ഇനി രാജ്യമുണ്ടോ?" കുട്ടന്റെ ചോദ്യം കേട്ട് വലിയ കുരങ്ങൻ പൊട്ടിച്ചിരിച്ചു. "ഹും! ഈ കൊച്ചന് ഇനി എന്തൊക്കെ അറിയണം." അദ്ദേഹം തുടർന്നു:

"എടാ കാടൻ കുട്ടാ. നിനക്ക് എന്തൊക്കെയാണറിയേണ്ടത്? മോനേ, അപ്പുറവും ഇപ്പുറവുമൊക്കെ സ്ഥലമുണ്ട്. നിങ്ങൾക്കങ്ങോട്ടൊന്നും പോവാനാവില്ല. വടക്കൻമലയിൽനിന്ന് ഇതുവരെ എത്തിയതുതന്നെ അത്ഭുതമാണ്. സാധാരണ ബുദ്ധിമാന്മാരായ മനുഷ്യർക്കുതന്നെ പറ്റാത്ത കാര്യം കാടന്മാരായ കുട്ടികൾക്ക് കഴിഞ്ഞിരിക്കുന്നു. വിശ്വസിക്കാനാവുന്നില്ല.

നിങ്ങൾക്ക് പ്രത്യേകമായ കഴിവോ ആരുടെയോ അനുഗ്രഹമോ പിന്തുണയോ ഒക്കെയുണ്ട്. മന്ത്രവിദ്യയുള്ളവരോ രാക്ഷസസ്വഭാവമുള്ളവരോ ആണ്. അല്ലേ? ലക്ഷണംകണ്ട് അങ്ങനെ തോന്നുന്നു."

"ഏയ് ഞങ്ങളാണ് യഥാർഥ മനുഷ്യർ. നിങ്ങളാണ് മനുഷ്യരും മൃഗങ്ങളുമല്ലാത്തവർ. പകുതി കുരങ്ങും പകുതി മനുഷ്യനും."

"ഹായ് ഹായ്! കാട്ടുകുട്ടന്റെ വായമിടുക്കു കൊള്ളാമല്ലൊ. നിന്റെ ശരീരവും ബുദ്ധിയും സാധാരണ മനുഷ്യരുടെയല്ലെന്ന് തോന്നുന്നു." കുരങ്ങ് രാജാവ് അവന്റെ തോളിൽ വീണ്ടും തട്ടി. കനമുള്ള ഒരടി പ്രതീക്ഷിച്ച കുട്ടൻ ബലത്തിൽ നിന്നു.

അവന്റെ പുറത്തുനിന്ന് കൈയെടുത്ത കുരങ്ങുരാജാവ് സ്വന്തം കൈപ്പടം പരിശോധിച്ചു.

ഉറച്ച വീട്ടിമരത്തിലാണോ തല്ലിയത്? കൈപ്പടം വേദനിച്ചുവെന്ന് പറഞ്ഞുകൂടാ. എങ്കിലും വല്ലാത്ത ഒരനുഭവം.

കുരങ്ങ് രാജാവ് രണ്ടു കൈകൊണ്ടും കുട്ടന്റെ രണ്ടു തോളിലും കൈവച്ചു. കുട്ടനെ മുന്നോട്ടും പിന്നോട്ടും ആട്ടി. ആദ്യം ഒന്നിളകിയെങ്കിലും കുട്ടൻ അമർന്നു നിന്നു.

"ഇവൻ നല്ല കുറ്റിയുറപ്പുള്ളോനാണല്ലോ. ഇവന്റെ ബലം ഒന്നു പരീക്ഷിച്ചു നോക്കാമായിരുന്നു. കുട്ടിയായിപ്പോയില്ലേ." പതുക്കെ പറഞ്ഞ ശേഷം കുരങ്ങൻ ശബ്ദമുയർത്തി.

"എടാ, വന്നവഴിയേ പൊയ്ക്കോ. വാനരന്മാരിപ്പോൾ നിങ്ങളെ വളയും. അവരുടെ കൈയിലൊക്കെ ഗദകളുണ്ട്."

കുട്ടൻ കൈകാലുകൾ കുടഞ്ഞു. മാതേവൻ കുട്ടന്റെ കൈ പിടിച്ചു.

"വേണ്ട കുട്ടാ. ഈ പരിചയമില്ലാത്ത സ്ഥലത്ത് ഒരു മല്ലയുദ്ധം വേണ്ട."

അവൻ കുട്ടന്റെ കൈപിടിച്ചുവലിച്ചു നടന്നു. കൂട്ടുകാർ അവരെ പിൻതുടർന്നു.

വലിയ കുരങ്ങ് ആ പോക്ക് നോക്കിപ്പറഞ്ഞു.

"അവൻ കുറച്ചഹംഭാവിയാണ്. നമ്മുടെ കൂട്ടരുടെ മുന്നിലെങ്ങാനും പെടാതിരുന്നാൽ മതിയായിരുന്നു. അവനെ അടിച്ചു ശരിപ്പെടുത്തിക്കളയും."

അവർ നോക്കിനിൽക്കവെ കുട്ടനും കൂട്ടുകാരും മലയിലൂടെ നടന്നുനീങ്ങി. മനസിലെ ദേഷ്യം മുന്നിൽ കണ്ട പാറക്കല്ലുകളെ തട്ടിപ്പുഴക്കി തീർത്തുകൊണ്ടിരുന്നു.

ഒരു വിനോദംപോലെ കല്ലിലും മരങ്ങളിലും ചവിട്ടിയും അടിച്ചും നീങ്ങുന്ന കുട്ടന്മാരെ കുരങ്ങന്മാർ അൽപ്പം ദേഷ്യത്തോടെയാണ് കണ്ടത്. വികൃതിക്കാട്ടാളക്കുഞ്ഞുങ്ങൾ. ഓരോ തല്ലിന് തികയില്ല.

ഏതാനും കല്ലുകൾ കൂട്ടിവച്ചതുകണ്ട് ഘടോൽക്കചൻ തേവനോട് പറഞ്ഞു:

"ഈ കൂട്ടം ഒറ്റച്ചവിട്ടിന് ഒന്നിച്ച് തെറിക്കണ് കാണണോ–"

"നിന്റെ മറ്റേ കാലും പെരുങ്കാലാക്കാനാവും അല്ലേടാ?" മാതേവൻ പരിഹസിച്ചു ചോദിച്ചു. കുട്ടൻ ഒരു തട്ട്. പരന്ന കല്ലുകൾ നിരങ്ങിനീങ്ങി. തെറിച്ചുപോയില്ല.

പാറ നീങ്ങിയ സ്ഥലത്ത് വെളുത്ത നിറത്തിൽ ഒരാഭരണം – വെള്ളി കൊണ്ടുള്ള പാദസരം.

കുട്ടൻ അതെടുക്കാൻ തുനിഞ്ഞു.

"അരുത്" – പിന്നിൽനിന്ന് ഉച്ചത്തിലൊരു ശബ്ദമുയർന്നു. കുട്ടനും കൂട്ടുകാരും തിരിഞ്ഞുനോക്കി. കറുത്തനിറമുള്ള ആജാനുബാഹുവായ ഒരു വൃദ്ധൻ. മുഖത്ത് വട്ടത്തിൽ നരച്ച രോമങ്ങൾ. വൃദ്ധൻ കുരങ്ങ് അവരുടെ അടുത്തേക്ക് ചാടിവന്നു. ആജ്ഞാപിക്കുമ്പോലെ ഉച്ചത്തിൽ പറഞ്ഞു:

"അത് തൊടരുത്. മക്കള് വന്ന വഴിക്ക് പോവിൻ."

അദ്ദേഹം കൈവീശി ആംഗ്യം കാണിച്ചു.

ഘടോൽക്കചൻ വൃദ്ധൻ കുരങ്ങച്ചാരെ ഭയത്തോടെ നോക്കി.

ഈ കല്ലിൻകൂട്ടത്തിൽ ആഭരണങ്ങൾ സൂക്ഷിച്ചുവച്ചത് ഇദ്ദേഹമായിരിക്കാം. അവൻ കരുതി. കുറെ വാനരന്മാർ ഓടിയെത്തി. അവർ അത്ഭുതത്തോടെ പാദസരങ്ങൾ നോക്കിനിന്നു. വൃദ്ധ വാനരൻ അനങ്ങാതെ അതു നോക്കിനിൽക്കയാണ്.

കുട്ടൻ എല്ലാവരെയും നോക്കി. "ഇത് ഞാൻ കണ്ടെത്തിയതാണ്. ഒന്നെടുത്തുനോക്കട്ടെ."

വൃദ്ധൻ എന്തെങ്കിലും പറയുമെന്നവൻ ഊഹിച്ചു. കുസൃതി തിളങ്ങുന്ന കണ്ണുകളോടെ അദ്ദേഹം ഒന്നുമുരിയാടാതെ നിൽപ്പുതന്നെ.

കുട്ടൻ കുനിഞ്ഞ് ആഭരണമെടുക്കാൻ തുനിഞ്ഞു. പാദസരത്തിൽ പിടിച്ചു. അതനങ്ങുന്നില്ല. വൃത്താകൃതിയിൽ ചുളിവും വളവുമില്ലാതെ കിടക്കുന്നത് കണ്ടാൽ എളുപ്പമെടുക്കാനാവുമെന്നു തോന്നും.

അവൻ കുനിഞ്ഞുനിന്ന് ശക്തിയുപയോഗിച്ച് പൊക്കാൻ ശ്രമിച്ചു. പാദസരം അനങ്ങുന്നില്ല.

"എന്ത് – ഇതൊരു വല്ലാത്ത സാധനമാണല്ലോ." അവൻ നിവർന്നുനിന്നു. കുരങ്ങന്മാർ നോക്കിനിൽക്കുകതന്നെയാണ്. എന്ത് സംഭവിക്കുമെന്നറിയാൻ അവർക്കേറെ കൗതുകം.

ഘടോൽക്കചൻ കൈകാലുകൾ കുടഞ്ഞു. സർവശക്തിയുമെടുത്ത് പാദസരം പൊക്കി, ഉയർത്തി. വല്ലാത്ത ഭാരം. അവൻ തലയിൽവച്ചു. തല താഴുന്നു. കഴുത്ത് ഒടിയുന്നപോലെ തോന്നി.

ചുമലിലിറക്കി. ചുമൽ ഇടിയുന്നു. ശരീരത്തിലെ എല്ലുകളിപ്പോൾ പൊട്ടിനുറുങ്ങും.

"അയ്യോ – അമ്മേ."

ഘടോൽക്കചൻ ഉച്ചത്തിലലറി. കൂട്ടുകാരും വാവിട്ട് കരഞ്ഞു.

"ഹാഹാ ഹഹാ"

വൃദ്ധൻ കുരങ്ങൻ അവരെനോക്കി പൊട്ടിപ്പൊട്ടിച്ചിരിച്ചു.

ഘടോൽക്കചൻ ആഭരണത്തിനടിയിൽപ്പെട്ട് ഞെരിപിരികൊണ്ട് കരയുകയാണ്.

വൃദ്ധൻ പാദസരം മാറ്റി ഘടോൽക്കചനെ കൈപിടിച്ചെഴുന്നേൽപ്പിച്ചു. അവൻ ആദരവോടെ വൃദ്ധനെ തൊഴുതു. അദ്ദേഹം പറഞ്ഞു:

"ഞാൻ പറഞ്ഞതല്ലേ കൊച്ചന്മാരേ അത് തൊടരുതെന്ന്. അതിന്റെ ശക്തിയെന്താണെന്ന് നിങ്ങൾക്കറിയില്ല. എന്നാൽ കേൾക്കിൻ."

"അത് സീതാദേവിയുടെ പാദസരമാണ്. രാവണരാക്ഷസർ അവരെ പുഷ്പകവിമാനത്തിലേറ്റി കൊണ്ടുപോകുമ്പോൾ ഊർന്നുവീണതാണ്. ഞങ്ങൾ ദേവീവിഗ്രഹംപോലെ അതിനെ സൂക്ഷിക്കുന്നു. പൂജിക്കുന്നു."

അദ്ദേഹം മുന്നോട്ടുവന്ന് പാദസരം തൊട്ടുവന്ദിച്ചു. ഒരു പൂവിതൾപോലെ അതിനെയെടുത്ത് ഒരു കൽപീഠത്തിൽ വച്ചു.

ഘടോൽക്കചനും കൂട്ടുകാരും എന്ത് സംഭവിച്ചതെന്നറിയാതെ അങ്കലാപ്പോടെ നിന്നു. ഒരുപാട് മനുഷ്യക്കുരങ്ങന്മാർ ചുറ്റും ദേവിയുടെ പാദാഭരണം തൊഴുത് നിൽക്കുന്നു.

ഒരാൾ ചോദിച്ചു: "ജാംബവാനമ്മാവാ ഈ കാട്ടുകുട്ടന്മാരുടെ തണ്ട് തനിയെ മാറീട്ടുണ്ടാവും അല്ലേ!"

ജാംബവാൻ കുസൃതിക്കണ്ണുകളോടെ കുട്ടന്മാരെ നോക്കി. ഒരു പ്രത്യേക ചിരി. "ഹുംഹുംഹ്ഹ്..."

12

ഹനുമാൻ എന്ന മഹാത്ഭുതം

ജാംബവാൻ മുതുമുത്തച്ഛൻ ഘടോൽക്കചന്റെ തോളത്തുപിടിച്ചുകൊണ്ട് പറഞ്ഞു.

"എന്താ കൊച്ചനേ നീ വാ."

കുട്ടൻ തലതാഴ്ത്തിനിന്നു. മാതേവനും അവനോടൊപ്പം നിന്നു. വൃദ്ധൻ തുടർന്നു.

നീ മഹാ ബലവാൻ തന്നെ. പക്ഷേ... നീ ആരാണെന്നാ പറഞ്ഞത്?

"ഘടോൽക്കചൻന്നാ പേര്. എല്ലാവരും കുട്ടൻന്നും ഘടൂന്നുമൊക്കെ വിളിക്കും."

ജാംബവാൻ പറഞ്ഞു: "കാട്ടിലെ കുട്ടാ നിനക്ക് നിന്നേക്കുറിച്ചു തന്നെ അറിയില്ല. നിനക്ക് ചിലപ്പോൾ സന്തോഷവും അഭിമാനവുമൊക്കെ തോന്നും, നിന്നേക്കുറിച്ചുതന്നെ. ചിലനേരം അപമാനവും തോന്നിയേക്കാം."

"ദേവിയുടെ കാൽത്തളയ്ക്ക് കീഴിൽ കിടന്നു പിടയുമ്പോൾ നിനക്കെന്താ തോന്നിയത്?"

"ഈ ലോകത്ത് ഞാനറിയാത്ത ഒരുപാട് കാര്യങ്ങളുണ്ട്. എന്നേക്കാൾ ശക്തിയുള്ള ഒരുപാട് പേരുണ്ട്. ഞാൻ വളരെ നിസ്സാരൻ."

ജാംബവാൻ പൊട്ടിച്ചിരിച്ചു. അടുത്തുനിൽക്കുന്ന വലിയൊരു കുരങ്ങനോട് പറഞ്ഞു:

"മാരുതേ, കണ്ടോ അവന്റെയൊരു തിരിച്ചറിവ്." മാരുതി മറുപടി പറഞ്ഞതിങ്ങനെ: "ജാംബവരേ, ഞാൻ എല്ലാം നോക്കിക്കാണുന്നുണ്ടായിരുന്നു. ഇവൻ ബലവാനാണ്. മഹാബലൻ. ഒരു പൂർവബന്ധം ഇവനുമായുള്ളപോലെ എനിക്കു തോന്നുന്നു."

"ഈ കാട്ടുകുട്ടന്റെ ജന്മരഹസ്യമെന്താണ് ജാംബവരേ?" ഹനു

മാന്റെ ചോദ്യത്തിന് ജാംബവാൻ ഉത്തരം പറഞ്ഞു.

"അതിവനോട് ഇപ്പോൾ പറയേണ്ട. അവന്റെ അനുഭവത്തിൽ നിന്ന റിഞ്ഞോട്ടെ. ഹസ്തിനപർവതത്തിലെ വേടവർഗത്തിൽ പിറന്ന ഇവന് കഴിഞ്ഞ യുഗങ്ങളെക്കുറിച്ചറിയില്ല. ഈ യുഗത്തിലെ ഏറ്റവും ശക്തി യുള്ള മനുഷ്യവർഗത്തിൽപ്പെടുന്നവനാണീ കാടൻകുട്ടി. ഒരു യുഗത്തിന്റെ ഭാരമെന്തെന്ന് ഇവനിപ്പോൾ അനുഭവപ്പെട്ടു. പക്ഷേ, അതെന്താണെന്ന് മനസിലാക്കാൻ ബുദ്ധിയില്ല."

ജാംബവാൻ തുടർന്നു. സീതാദേവിയുടെ ഒരു കാൽത്തളയുടെ ഭാരംപോലും ഈ മല്ലൻകുട്ടിക്ക് താങ്ങാനായില്ല. മാരുതിയുടെ ചെറുവി രൽകൊണ്ടുള്ള ഒരു തോണ്ടൽ ഇവന് താങ്ങാനാവില്ല. മൂക്കുകുത്തി വീഴും. എന്റെ വാൽ കൊണ്ടൊന്ന് വീശിയാലിവൻ ആകാശത്ത് പാറിന ടക്കും.

ഒന്നൂതിയാൽ ഒന്നാംമലയുടെ അടിവാരത്തിലേക്കിവനെ മൂക്കും കുത്തി വീഴ്ത്താം."

രണ്ടു യുഗപുരുഷന്മാരുടെ കൈയിലാണ് താൻ അകപ്പെട്ടതെന്ന് ഘടോൽക്കചനറിയില്ലായിരുന്നു. അവരുടെ മുന്നിൽ അവൻ ഒരു ശിശു മാത്രം.

അവർ പറയുന്നത് മുഴുവൻ അവന് മനസിലാകുന്നുമില്ല. എത്രയോ വലിയ കഴിവുള്ളവരാണ് തന്റെ മുന്നിൽ നിൽക്കുന്നത്. ഇവർ തന്നെയും കൂട്ടുകാരെയും ഉപദ്രവിക്കാത്തത് വാത്സല്യം കൊണ്ടായിരിക്കും.

ജാംബവാൻ മുത്തച്ഛൻ അവരോട് പറഞ്ഞു. "എടോ കുട്ടന്മാരേ, നിങ്ങൾ വന്ന ഹസ്തിനപർവതത്തിലെത്തണമെങ്കിൽ എത്ര നടക്കണം എന്നറിയോ. ആറു മലയും അവയുടെ താഴ്വരയും കടക്കണം."

കുട്ടന് പരിഭ്രമമൊന്നും തോന്നിയില്ലെങ്കിലും കൂട്ടുകാർക്ക് അങ്ക ലാപ്പുണ്ടായിരുന്നു. അവർ മിഴിച്ചുനിന്നു. ഹനുമാൻ അവരെ നോക്കി. ജാംബവാനോടായി പറഞ്ഞു.

"ജാംബവരെ ഇവരെ ഞാൻ ഇവരുടെ താവളത്തിലെത്തിച്ചോളാം. "ഘടോൽക്കചൻകുട്ടീ" – ഹനുമാൻ വിളിച്ചു. "കുട്ടാ നീ വളരെ കരുത ലോടെ പെരുമാറണം. വല്ലയിടത്തും വലിഞ്ഞുകേറി കുഴപ്പമുണ്ടാക്കരു ത്. നിന്റെ ജന്മോദ്ദേശ്യം നീ കണ്ടെത്തണം."

ഘടോൽക്കചനു മനസിലായില്ലെന്ന് ഹനുമാനറിഞ്ഞു. അദ്ദേഹം വീണ്ടും പറഞ്ഞു. സാവകാശത്തിൽ...

"കുട്ടീ, ഓരോ ജന്മത്തിനും ഓരോ ലക്ഷ്യമുണ്ടെന്നറിയുക. നമ്മ ളുടെ ആരുടെയും ഇഷ്ടംകൊണ്ടല്ലല്ലോ നാം ജനിച്ചത്. നാം ജനിച്ച വിവരം തന്നെ നമ്മളറിയുന്നത് എത്ര കഴിഞ്ഞിട്ടാണ്!"

"നിന്റെ ജനനത്തിനും ഒരു ഉദ്ദേശ്യമുണ്ടായിരിക്കും. അത് ആരെ യെങ്കിലും കൊല്ലുക എന്നതിനേക്കാൾ ചിലരെയെങ്കിലും രക്ഷിക്കുക എന്നതായിരിക്കട്ടെ."

ആ വലിയ മനുഷ്യന്റെ വാക്കുകൾ കുട്ടന്റെ മനസിൽ തറയ്ക്കുക

യായിരുന്നു. മറ്റുള്ളവരെ കൊല്ലുന്നതിനേക്കാൾ സഹായിക്കുവാനുള്ള താവട്ടെ ജീവിതം.

"നീയെന്താ ആലോചിക്കുന്നത്? മനസിലായില്ല അല്ലേ?" – ഹനുമാൻ ചിറികോട്ടി ഒന്നു ചിരിച്ചു.

ജാംബവാൻ ഇടപെട്ടു." അങ്ങനെ പറഞ്ഞാലൊന്നും അവർക്ക് മനസിലായിക്കൊള്ളണമെന്നില്ല മാരുതേ. അനുഭവത്തിലൂടെയാണിവൻ പഠിക്കാൻ പോകുന്നത്. പ്രായത്തെക്കാൾ അറിവും കരുത്തുമുണ്ട് ഇവന്. ഇപ്പോൾ അവന്റെ കണ്ണുകളിൽ നോക്ക് – അഹംഭാവം നന്നേ കുറഞ്ഞിരിക്കുന്നു. അല്ലേ കുട്ടാ."

കുട്ടൻ തലതാഴ്ത്തിനിന്നു. ജാംബവാൻ ഹനുമാനെ വിളിച്ചു പറഞ്ഞു. "നേരം ഒരുപാടായി. നീ ഇവരെ മഹാമേരുവിൽ കൊണ്ടുചെന്നാക്ക്." ഹനുമാൻ കുട്ടനെയും കൂട്ടരെയും നോക്കി പറഞ്ഞു. "ഇവറ്റകൾ രാത്രിഞ്ചരന്മാരാണ്. കുട്ടികളായിപ്പോയില്ലേ."

അദ്ദേഹം രണ്ടു കൈകകളും നീട്ടിപ്പിടിച്ചു. "പിടിച്ചുതൂങ്ങടാ കൊച്ചു

കള്ളന്മാരെ."

അവർ ഹനുമാന്റെ നീട്ടിയ കൈകളിൽ തൂങ്ങി. ജാംബവാൻ വിളിച്ചുപറഞ്ഞു: "മുറുകെ പിടിച്ചോളിൻ. താഴേക്ക് നോക്കരുത്. ഏഴു സമുദ്രവും ഏഴു മലകളും ഒരുമിച്ച് കാണും. തലചുറ്റരുത്. ഉം."

വായുവിലൂടെ സഞ്ചാരം. ഹനുമാൻ വിളിച്ചു: "കുട്ടാ, കുട്ടന്മാരേ."

അവർ മൂളി.

"നിങ്ങൾക്കാർക്കെങ്കിലും തൂങ്ങിനിൽക്കാൻ പേടിയോ പ്രയാസമോ ഉണ്ടോ."

എല്ലാവർക്കും പ്രയാസമുണ്ടെങ്കിലും ആരു പറയുമെന്നവർ സംശയിച്ചു. തേവൻ സഹികെട്ടു പറഞ്ഞു.

"നിക്ക് കൈ വിറയ്ക്കുണ്ണൂ."

"നിനക്കോ കുട്ടാ..."

കൈത്തണ്ടയിൽ മുറുകെ പിടിച്ചുതൂങ്ങിയ ഘടോൽക്കചൻ പറഞ്ഞു.

"ഇല്ല."

"നിന്റെ മാതിരിയല്ല മറ്റുള്ളവർ. നമുക്കൊരിടത്തിരിക്കാം."

മൂന്നാംമലയിൽ ഒരു പാറപ്പുറത്ത് ഹനുമാൻ അവരെ ഇറക്കി. അവരുടെ മുന്നിലദ്ദേഹം നെഞ്ചുവിടർത്തി നിന്നു. കുട്ടന്മാർ വിശാലമായ ആ മാറിടത്തിലേക്ക് നോക്കി. നിമിഷംതോറും ആ മാറിടത്തിന് വീതിയേറുന്നു. മുന്നോട്ടെഴുന്നു നിൽക്കുന്നു. കുട്ടികളുടെ കണ്ണു വിടരുന്നു. അവരത്ഭുതത്തോടും ആദരവോടും നോക്കി. എഴുന്നുനിൽക്കുന്ന രോമങ്ങൾ കരിമ്പനകൾപോലെ തോന്നിച്ചു. ഘടോൽക്കചൻ ഉള്ളിലേക്ക് ശ്വാസം വലിച്ചു. ഹനുമാൻ അവന്റെ നെഞ്ചത്തു തട്ടിക്കൊണ്ട് പറഞ്ഞു:

"ഹും ഹും... മോഹമുണ്ട് അല്ലേ!" തോളത്തമർത്തിക്കൊണ്ട് വീണ്ടും പറഞ്ഞു. "നീ വളരും. വലുതാകും. വലിയവനാകും."

അവൻ ആ മുഖത്ത് കണ്ണിമയ്ക്കാതെ നോക്കി. ആ മുഖം ഉയരുകയാണ്. തനിക്ക് നോക്കെത്താത്ത ഉയരം. ആ മുഖത്തുനിന്ന് ഇനിയും കേൾക്കണമെന്നുണ്ട്. ശരീരം മനുഷ്യന്റെയും മുഖം കുരങ്ങന്റേതുമായ ഈ മഹാരൂപം അവന്റെ മുന്നിൽ മഹാത്ഭുതമായി നിലകൊള്ളുന്നു. ആ നീണ്ട വാലിന്റെ കരുത്ത് കാണുമ്പോൾ ഒന്നു തൊട്ടുനോക്കാൻ തോന്നും.

"എല്ലാവരും വിശ്രമിച്ചൂലോ. ഭയമെല്ലാം മാറീലോ. ഇനി യാത്ര തുടരാം. എല്ലാവരും കേറിയിരിക്കിൻ." ഹനുമാൻ വാൽ വളച്ചു. ഒരു മരക്കൊമ്പു വളഞ്ഞപോലെ കുട്ടന്മാർക്കു തോന്നി.

"ഉം, കയറിയിരിക്കിൻ. മുറുകെ പിടിച്ചോളണം. മല കടക്കാനുള്ളതാണ്." കുട്ടന്മാർ വാലിൽപിടിച്ച് ഒരു മരക്കൊമ്പിലെന്നപോലെ ഇരുന്നു. ഹനുമാന്റെ കാലുകളുയർന്നു. ഭൂമി വിട്ടു.

തണുത്ത കാറ്റേൽക്കെ കണ്ണുകളടയുന്നു. സുഖകരമായൊരു സവാരി. മരങ്ങളും പാറകളുമെല്ലാം കീഴെ പതിഞ്ഞു കിടക്കുന്നു. കുട്ടനും

കൂട്ടുകാരും അന്യോന്യം കെട്ടിപ്പിടിച്ച് ഇരുന്നു. മലഞ്ചെരുവിൽനിന്ന് ഹനുമാന്റെ വാൽ വളരെ ഉയരത്തിലായിരുന്നു.

"ഉം ഇറങ്ങിൻ." അദ്ദേഹം പറഞ്ഞു. കുട്ടൻമാർ കീഴ്ഴോട്ടുചാടി.

"നിങ്ങളുടെ താവളത്തിലേക്ക് പോവിൻ. തിരിഞ്ഞുനോക്കാതെ കയറിൻ." അവർ നടന്നുനീങ്ങി. തന്റെ കുഴൽ വച്ച സ്ഥലം അവനോർമിച്ചു. ഭദ്രമായി പാറയിടുക്കിൽ വെച്ചിട്ടും ഉറുമ്പരിച്ചിരിക്കുന്നു. അവൻ പോത്തിൻ കൊമ്പ് കൈയിലെടുത്തു. ഉറുമ്പുകളെ തട്ടിക്കളഞ്ഞ് പൊടിതുടച്ചു. ഒന്ന് ഊതിനോക്കി.

"കുട്ടാ." അമ്മയുടെ വിളി. അവൻ തിരിഞ്ഞുനോക്കി. അകലെ ഹനുമാൻ നിൽക്കുന്നു. ഒരു സാധാരണ മനുഷ്യനെപ്പോലെ. അമ്മയുടെ വിളിയെവിടന്നാണെന്ന് നാലുപാടും നോക്കി.

"കുട്ടാ, ചെക്കന്മാരേ – നിങ്ങളെവിടെയായിരുന്നു?"

ഹിഡുംബിയും മൂന്നുനാലു വേടന്മാരും ഓടിവന്നു. ഒരു ആൾക്കുരങ്ങൻ കുട്ടന്മാരെ ഇറക്കിയശേഷം അവരുടെ പോക്ക് നോക്കിനിൽക്കുന്നു. താവളം കണ്ടുപിടിക്കാൻ.

"കാട്ടുകുരങ്ങാ. നീ ഞങ്ങളുടെ കുട്ടന്മാരെ പിടിച്ചുകൊണ്ടുപോയി അല്ലേ?"

ഹിഡുംബി ദേഷ്യത്തോടെ ചോദിച്ചു. മൂപ്പന്മാർ കൈയിലെ വില്ലെടുത്തു. "നീ എന്തിനിവിടെ വന്നു" – വലിയ മൂപ്പൻ ചോദിച്ചു.

ഹനുമാൻ അക്ഷോഭ്യനായി നിന്നു. അദ്ദേഹം കൈയുയർത്തി വിലക്കി.

"നിങ്ങളാരും ദേഷ്യപ്പെടേണ്ട. കാര്യമറിയാതെ സംസാരിക്കരുത്. ഈ കുട്ടനോട് ചോദിക്ക് എന്താണുണ്ടായതെന്ന്."

"മുത്തപ്പാ ഈ മാമൻ ഞങ്ങളെ രക്ഷിച്ചു."

വേടന്മാർ കൂടിവന്നു. മൂപ്പന്മാർ ഹനുമാനെ അത്ഭുതത്തോടെ നോക്കി. അക്ഷോഭ്യനായി കുഞ്ഞുങ്ങളെ വാത്സല്യത്തോടെ നോക്കി നിൽക്കുന്ന ആൾക്കുരങ്ങ്. ഇവനൊരു വില്ലനാണെന്ന് കരുതാൻ വയ്യ. ഭൂരിപക്ഷം കാട്ടാളന്മാർക്കും അങ്ങനെയല്ല തോന്നിയത്.

"കുട്ടികളെ തട്ടിക്കൊണ്ടുപോയതാണ്. മനുഷ്യക്കുരങ്ങനല്ലെ, പല വിദ്യകളും കാണും. കണ്ടോ ഇപ്പോഴും നോട്ടം കുട്ടികളിലാണ്."

തേവന്റെ അച്ഛൻ വലിയ തേവൻ ചോദിച്ചു:

"എടോ കുരങ്ങച്ചാ. നീ സത്യം പറയ്. നിനക്കെന്താ വേണ്ടത്? ഇവിടത്തെ വല്ല കായോ കിഴങ്ങോ വേണോ? കുട്ടികളെയോ വലിയവരെയോ തട്ടിക്കൊണ്ടുപോണോ? മര്യാദയ്ക്ക് വന്ന വഴിയേ പൊയ്ക്കോ."

എല്ലാംകേട്ട ഹനുമാൻ ഒരു ഭാവവ്യത്യാസവുമില്ലാതെ പറഞ്ഞു.

"കാട്ടാളന്മാരേ. നിങ്ങൾക്കെന്നെ അറിയില്ലായിരിക്കും. വേണ്ട. എനിക്കീ കുട്ടന്റെ അമ്മയെ ഒന്ന് കാണണം. ഹിഡുംബന്റെ പെങ്ങളെ."

"ങേഹെ! നീ ഞങ്ങളുടെ കാട്ടുവർത്തമാനങ്ങൾ അറിയും അല്ലേ!"

"അറിയും. എല്ലാമറിയും. നിങ്ങളോടൊരു തർക്കത്തിനൊന്നും

ഞാനില്ല. അതിനൊട്ടു സമയവുമില്ല. ഇവന്റെ അമ്മയെവിടെ?" ഹനുമാൻ കൂട്ടത്തിൽനിന്ന് ഹിഡുംബിയെ തിരിച്ചറിയാതിരിക്കുകയില്ലെന്ന വർക്ക് വ്യക്തമായി.

"എന്തിന്? എന്തിന്?" വലിയ മൂപ്പൻ മുന്നോട്ടുവന്നു. ഹിഡുംബി മുന്നോട്ടു വന്നെങ്കിലും അവർ തടഞ്ഞു. ഹനുമാൻ തുടർന്നു:

"കൂട്ടരെ അവരെന്റെ സഹോദരിയാണ്. സഹോദരന്റെ പത്നിയാണ്. ഇവനെയും ഇവന്റെ അമ്മയെയും എനിക്ക് കണ്ടനുഗ്രഹിക്കണം."

"ഇതൊരു ലൗകിക മര്യാദയാണ്. അല്ലാ നിങ്ങൾ കാടന്മാർക്ക് ഇങ്ങനെ വല്ലതുമറിയാമോ?"

മൂപ്പന്മാർ അന്യോന്യം ചോദിച്ചു: "ഇദ്ദേഹമാരാണ് എന്തൊക്കെയാണീ പറയുന്നത്?"

അവർ ഒരു തീരുമാനത്തിലെത്തി. ഇദ്ദേഹം ഒരമാനുഷൻതന്നെ. എല്ലാവരും ആ കാൽക്കൽ നമസ്കരിച്ചു. ഓരോരുത്തരുടെയും ചുമൽ പിടിച്ചെഴുന്നേൽപ്പിച്ച് ഹനുമാൻ തലയിൽ കൈവെച്ചനുഗ്രഹിച്ചുകൊണ്ടിരുന്നു.

13

മനുഷ്യയിറച്ചിതേടി

"കൂട്ടരേ, നിൽക്കിൻ, നിൽക്കിൻ ഞാനവനെ കാണട്ടെ, മാറിനിൽക്കിൻ."

ധൃതിയിൽ നടന്നുവരുന്ന വൃദ്ധൻ.

"ഏകലവ്യമൂപ്പാ എന്തേ? എന്തുപറ്റി?"

മൂപ്പന്മാരും കൂടിനിന്നവരും ചോദിച്ചു.

വൃദ്ധൻ കിതച്ചിരുന്നു. ധൃതിയിൽ നടന്നുവന്നതിനാൽ കുറച്ചുനേരം ഒന്നും സംസാരിക്കാനായില്ല. ശബ്ദം കിട്ടിയപ്പോൾ ക്രുദ്ധനായി ചോദിച്ചു.

"ഹനുമാനേ, നീയെന്തിനാണിങ്ങോട്ടു വന്നത്? ഏതെങ്കിലും മനുഷ്യദൈവങ്ങളുടെ ദൂതനായിട്ടാണോ? ചാരനായിട്ടാണോ."

ഹനുമാൻ മറുപടിയൊന്നും പറയാതെ നിന്നു. ഏകലവ്യന്റെ കോപം ഒന്നാറട്ടെ എന്നദ്ദേഹം കരുതി.

യാതൊരു ക്ഷോഭവുമില്ലാതെ നിൽക്കുന്ന ആ ഉഗ്രരൂപം കണ്ട് ഏകലവ്യവൃദ്ധന് ആശ്ചര്യമുണ്ടായി. താൻ പറഞ്ഞത് അധികമായെന്ന തോന്നലുണ്ടായി. സൗഹൃദം ഭാവിച്ചുകൊണ്ട് ഹനുമാൻ സംസാരിച്ചു.

"ഏകലവ്യരേ, ഞങ്ങൾക്ക് നിങ്ങൾ പ്രിയപ്പെട്ട കാരണവരാണ്. ചില ചതിപ്രയോഗങ്ങൾക്ക് ആചാര്യന്മാർ കൂട്ടുനിൽക്കും എന്നതിന് തെളിവായി അങ്ങയുടെ പേര് എന്നും നിലനിൽക്കും. ഗുരുനാഥന്മാർ പക്ഷപാതം കാണിച്ചുവെന്ന് കരുതാൻ പറ്റില്ല. പക്ഷേ, സമ്പന്നന്റെയും രാജാക്കളുടെയും മക്കൾക്കുവേണ്ടി നമ്മളെ ചതിക്കുകയെന്നത് ഇനിയുള്ള കാലത്തും ഉണ്ടായേക്കും."

"അങ്ങ് എന്നെ സംശയിക്കേണ്ടതില്ല."

ഏകലവ്യന്റെ കിതപ്പുമാറി. ഈ കുരങ്ങ് ചിരഞ്ജീവിയാണ്. വാചാലനാണ്. കുറെ അവതാരങ്ങൾ കണ്ടവനാണ്. ബുദ്ധിയും ശക്തിയും

ഒരുപോലെയുള്ളവൻ. ഓരോ ജന്മങ്ങളുടെയും ഉദ്ദേശ്യമറിയുന്നവൻ. ആ ഹനുമാനോട് എന്താണിനി പറയാനുള്ളതെന്ന് പിടികിട്ടാതായി.

ഏകലവ്യന്റെ തോളിൽ കൈവെച്ച് ചെറുചിരിയോടെ ഹനുമാൻ ചോദിച്ചു. "കാരണവർക്ക് ഇനിയുമെന്തൊക്കെയോ പറയാനുണ്ടല്ലോ?"

വൃദ്ധൻ ഹനുമാന്റെ കൈ തട്ടിമാറ്റിപ്പറഞ്ഞു. "വേണ്ട, ലോഗ്യമൊന്നും വേണ്ട. നിങ്ങൾ നാട്ടുരാജാക്കളുടെ ആളുകളാണ്. ഞങ്ങൾ വെറും കാടന്മാർ. കാട്ടാളന്മാരെന്നും രാത്രിഞ്ചരന്മാരെന്നും ആക്ഷേപിക്കുന്നവരാണ്. ഞങ്ങളെ വെറുതെ വിടിൻ."

തട്ടിമാറ്റിയ കൈ അനങ്ങുന്നില്ല. വീട്ടിമരത്തിൽ തട്ടിയപോലെ ഏകലവ്യന്റെ കൈ നൊന്തു. പിണക്കം ഭാവിച്ച് തിരിഞ്ഞുനിന്നു.

"ഇനിയും എന്തൊക്കെയോ പക മനസിൽ കൊണ്ടുനടക്കുന്നതെന്തിനാ കാരണവരേ." പിണക്കം മാറ്റാൻ മാരുതി വീണ്ടും ശ്രമിച്ചു.

"കഴിഞ്ഞതോർത്ത് ദുഃഖിക്കുന്നതിലർഥമില്ല. ഉള്ളിൽ പകവെച്ചുനടന്നാൽ നാം സ്വയം നീറുകയും നമ്മുടെ ആരോഗ്യം നശിക്കുകയുമാണുണ്ടാവുക. ആരെയാണോ നാം പകയ്ക്ക് കാരണമാക്കുന്നത്, അയാൾക്ക് വെച്ചടികേറ്റമേ ഉണ്ടാകൂ."

ഏകലവ്യന് മറുത്തൊന്നും പറയാനില്ലായിരുന്നു. വലിയ മൂപ്പന്മാർ മുന്നോട്ടുവന്ന് ഹനുമാനോട് പറഞ്ഞു.

"നല്ല വാക്കുകൾകൊണ്ട് വശീകരിക്കാൻ നിങ്ങൾ സമർഥരാണെന്ന് ഞങ്ങൾക്കറിയാം. ജന്മംകൊണ്ട് മൃഗവും കർമംകൊണ്ട് മനുഷ്യനുമാണ് നീ. നിങ്ങടെയാരടേം ഉപദേശം ആവശ്യമില്ല. രാക്ഷസരെ നശിപ്പിക്കാൻ കൂട്ടുനിന്നവരുമായി ഞങ്ങൾക്കൊരു കൂട്ടുമില്ല."

അവരും തിരിഞ്ഞുനടന്നു.

"കുട്ടന്മാരേ–" ഹനുമാൻ ഘടോൽക്കചനെയും കൂട്ടുകാരെയും മാടിവിളിച്ചു. അവർ അടുത്തുചെന്നു.

"നിങ്ങളുടെ കാരണവന്മാർക്ക് ആരെയും വിശ്വാസമില്ല. അവരാരെയൊക്കെയോ ഭയപ്പെടുന്നു. അവിശ്വസിക്കുന്നു. നിങ്ങളാണ് ഏഴു മലയും കടന്നുവന്നവർ. കൂടുതൽ ലോകം കണ്ടവരിപ്പോൾ നിങ്ങളാണല്ലോ.

പുതിയ തലമുറയെ ഇവർക്ക് മനസിലാക്കിക്കൊടുക്കുക. എല്ലാവരെയും അവിശ്വസിക്കുന്ന പ്രകൃതം മാറ്റുക. വൃദ്ധരെ ധിക്കരിക്കണം എന്നല്ല.

കാട്ടുമനുഷ്യൻ, നാട്ടുമനുഷ്യൻ, നാടൻ, കാടൻ, കറുത്തവൻ, വെളുത്തവൻ എന്നിങ്ങനെ മനുഷ്യരെ കാണുന്ന കാലം മാറണം. മാറ്റണം.

കാലത്തിന് മുന്നിൽ നിങ്ങൾ നടക്കുക. ഞാൻ ചരിത്രത്തിനൊപ്പം നടന്നവനാണ്. നിങ്ങൾക്ക് മനസിലാവുന്നുണ്ടോ?"

"ഉവ്വ്." കുട്ടൻ കൈകൂപ്പിക്കൊണ്ടു പറഞ്ഞു.

"എവിടെ കുട്ടാ അമ്മ?"

ഹിഡുംബി അതുവരെ കൂട്ടത്തിൽ അകന്നുനിൽക്കുകയായിരുന്നു. അവർ മുന്നോട്ടുവന്നു. ഹനുമാന്റെ കാൽക്കൽ നമസ്കരിച്ചു.

"എഴുന്നേൽക്കൂ മോളേ..."

അദ്ദേഹം ഹിഡുംബിയുടെ തോളുപിടിച്ചെഴുന്നേൽപ്പിച്ചു. അവർ തൊഴുതുകൊണ്ട് നിന്നു.

"ഞങ്ങളെ അനുഗ്രഹിക്കണം." അവർ ഗദ്ഗദത്തോടെ പറഞ്ഞു.

അകലെ നിന്നുയർന്ന ആക്രോശം കേട്ട് എല്ലാവരും ഞെട്ടി.

"അവനെ പിടിയെടാ."

"വിടരുതവനെ..."

ഓടിവരുന്ന കാട്ടാളക്കൂട്ടം. അമ്പും വില്ലും വടികളും കല്ലുകളുമായി വേടന്മാർ പലഭാഗത്തുനിന്നുമായി ഓടിയെത്തി.

ചിലർ അമ്പെയ്തു. ചിലർ കല്ലെറിഞ്ഞു. അക്ഷോഭ്യനായി നിന്ന ഹനുമാൻ പറഞ്ഞു: "കൂട്ടരേ, ഞാൻ പോകുന്നു. നിങ്ങൾക്കെന്തുവേണമെങ്കിലും ചെയ്യാം."

ദേഹത്തുവരുന്ന അസ്ത്രങ്ങളും കല്ലുകളും തട്ടിമാറ്റി ഹനുമാൻ പിൻതിരിഞ്ഞു. മലയടിവാരത്തിലേക്ക് നടന്നിറങ്ങി. അപ്പോഴും കാട്ടുവർഗക്കാർ ആക്രമിച്ചുകൊണ്ടിരുന്നു.

"അവനെ പിടിക്കിൻ. കൊല്ലിൻ" – ആക്രോശം മുഴങ്ങി.

കുട്ടനും കൂട്ടുകാരും ഹിഡുംബിയും വിളിച്ചുപറഞ്ഞു. "വേണ്ടാ വേണ്ടാ."

കുരങ്ങൻ അടിവാരത്തെത്തി. ഇടനിലങ്ങളിലൂടെ സാവകാശം നടന്ന് ഒന്നാം മലയിലെത്തി.

അവർ കല്ലേറ് തുടർന്നു. അമ്പുകൾ ചീറിപ്പാഞ്ഞു.

"അവനെ രക്ഷപ്പെടാനനുവദിക്കരുത്." മൂപ്പന്മാർ വിളിച്ചുപറഞ്ഞു. "ഊരിപ്പോയാൽ കുരങ്ങന്മാരുടെ സൈന്യമായിരിക്കും ഇനി വരുന്നത്. കൂടെ മനുഷ്യരുമുണ്ടാവും. കാട്ടിൽ പൊരിഞ്ഞ യുദ്ധം വേണ്ടിവരും."

"അവര് നമ്മളെ ഒന്നും ചെയ്യില്ല മൂപ്പന്മാരേ."

ഘടോൽക്കചൻ പറയുമ്പോഴേക്കും കുട്ടിമൂപ്പൻ അവനെ പിടിച്ചു തള്ളി. "എടാ പൊട്ടാ നീയൊന്നും പറയണ്ട. ഞങ്ങളു പറയുന്നതനുസരിച്ചാൽ മതി. ആ വലിയ കുരങ്ങൻ മനുഷ്യരാജാവിന്റെ മന്ത്രിയാണ്. നമ്മെയെല്ലാം ഉപദ്രവിക്കും. പേടിച്ചോടിയതു നന്നായി."

കുട്ടനു ചിരിവന്നു. ആ മാമൻ സ്വയം പിൻവാങ്ങിയതാണെന്നീ മൂപ്പന്മാർക്കറിയാതെ പോയല്ലോ. ഘടോൽക്കചൻ കുണ്ഠിതപ്പെട്ടു.

"നമുക്കാ മലയിലേക്ക് കൂട്ടമായിറങ്ങാം. കുരങ്ങനെ പിടിച്ചുകൊണ്ടുവരണം. ഒറ്റ അമ്പും അവന്റെ ദേഹത്തു കൊണ്ടില്ലല്ലോ. കുരങ്ങൻ ജാലക്കാരനായിരിക്കും."

അവർ പിരിയാനുള്ള ഭാവമില്ലെന്നു കുട്ടനു മനസിലായി. അവൻ അമ്മയേയും കൂട്ടി ഉയരത്തിലേക്ക് നടന്നു. മലയുടെ ഉച്ചിയിൽ കയറി. കുരങ്ങുമാമൻ ഒന്നാം മലയ്ക്കടിയിൽ തിരിഞ്ഞുനോക്കുന്നു. അവിടേക്കെത്തുന്ന കല്ലുകളും അമ്പുകളും പിടിച്ചെടുക്കുന്നു. മടുത്തപോലെ അദ്ദേഹം നിലത്തിരിക്കുന്നത് കണ്ടു.

മലയാകെ വിറകൊള്ളുന്നു. വൃക്ഷങ്ങൾ പുഴകിവീണു. പാറക്കല്ലുകൾ ഇളകി. നടക്കുന്നതിനിടയിൽ കാട്ടുമനുഷ്യർ നിലത്തുവീണു.

അവർ വാവിട്ടുകരഞ്ഞു.

"അയ്യോ. ഭൂമി കുലുങ്ങുന്നേ... മല്ലീശ്വരാ മല തകർക്കരുതേ...

വേടന്മാരാകെ ആക്രോശിച്ചു.

കുട്ടനും അമ്മയും നിൽക്കുന്ന വീതിയുള്ള പാറയും കുലുങ്ങുന്നു. അവൻ കൂട്ടുകാരെ വിളിച്ചു.

"തേവാ, മാതേവാ, തേവലാ, ചിന്നാ"

കുട്ടികൾ പലഭാഗത്തുനിന്നുമായി ഓടിവന്നു. അവരും വീണുരുണ്ടിട്ടുണ്ട്. ഓടിപ്പോകുന്ന മൃഗങ്ങളെ കണ്ട് ഭയന്നിട്ടുണ്ട്.

കുട്ടൻ അകലേക്ക് നോക്കി. കുരങ്ങുമാമൻ എഴുന്നേറ്റ് ഇങ്ങോട്ടു തന്നെ നോക്കുന്നു. അവൻ കുഴലെടുത്ത് ഉച്ചത്തിൽ വിളിച്ചു.

ഒന്നാംമലയിൽനിന്ന് ഹനുമാൻ അതുകേട്ടു. അദ്ദേഹം കൈയുയർത്തി.

"മതി മാമാ, മതി മതി."

ഘടോൽക്കചൻ വിളിച്ചുപറഞ്ഞു. കുരങ്ങുമാമൻ രണ്ടുതവണ കൈയുയർത്തുകയും താഴ്ത്തുകയും ചെയ്തു.

മലയുടെ വിറയൽ നിന്നു.

ഘടോൽക്കചനും അമ്മയും കൂട്ടുകാരും സാവധാനം പാറയിൽനിന്നിറങ്ങി. മൂപ്പന്മാരെയും ഏകലവ്യമൂപ്പനെയും തെരഞ്ഞു.

വേടന്മാർ പലഭാഗത്തുനിന്നുമായി ഒത്തുകൂടി. കുട്ടനും അമ്മയും താവളത്തിലേക്കു നടന്നു. ഹിഡുംബിയുടെ നടത്തത്തിന് വലിയ സാവധാനം. കുട്ടൻ ചോദിച്ചു.

"എന്താണമ്മേ?"

"തീരെ വയ്യ കുട്ടാ. നിന്നെ കാണാതെ അമ്മ വിഷമിച്ചിരിക്കയായിരുന്നു. ഒന്നും കഴിച്ചില്ല. വല്ലാത്ത വിശപ്പ്. ഇവിടെ എന്ത് കിട്ടാനാണിനി?"

"അമ്മയ്ക്കെന്താ വേണ്ടത്?"

"എന്ത് കിട്ടിയാലും വേണ്ടില്ലായിരുന്നു. ഒരു മനുഷ്യന്റെ പച്ചയിറച്ചിക്കാണ് മോഹം. നിനക്കു പറ്റുമോ കൊണ്ടുവരാൻ?"

ഘടോൽക്കചൻ നടുങ്ങി. മനുഷ്യന്റെ ഇറച്ചി എവിടെന്ന് കിട്ടും. പണ്ടൊക്കെ ഇവർ മനുഷ്യരുടെ ഇറച്ചി ഭക്ഷിച്ചിരുന്നതായറിയാം. കാട്ടാളൻ എന്ന പേരുതന്നെ അങ്ങനെ വന്നതാവാം. നാട്ടിലെ ആളുകളെ പിടിച്ചുതിന്നുന്നവൻ.

"ഞാൻ ഒന്നന്വേഷിച്ചു വരാം. മുയലുകളെ കിട്ടിയാൽ മതിയല്ലോ."

"നിന്നേക്കൊണ്ട് കഴിയില്ലെങ്കിൽ ഞാൻ വല്ല പച്ചിലയും പറിച്ചു തിന്നോളാം."

ഹിഡുംബി അവശയായി നിലത്തിരുന്നു.

കുട്ടൻ കൂട്ടുകാരെ വിളിച്ചു.

"തേവാ, മാതേവാ. നിങ്ങൾക്കെന്റെ കൂടെ ഒരു വേട്ടയ്ക്ക് വരാമോ?"

"വേട്ടയോ?" അവർ അന്തംവിട്ടു. ഘടോൽക്കചൻ പറഞ്ഞു. "വേട്ട. മനുഷ്യവേട്ട. എന്റെ അമ്മയ്ക്ക് മനുഷ്യയിറച്ചി വേണം. തേടിപ്പിടിക്കാൻ നിങ്ങൾകൂടി വരണം."

കുട്ടികൾ ഭയന്നു. മനുഷ്യരെ വേട്ടയാടുന്നതപകടമാണ്. മനുഷ്യയിറച്ചി കിട്ടാൻ വലിയ ബുദ്ധിമുട്ടാണ്. അതന്വേഷിച്ചിറങ്ങുന്നത് അപകടം വരുത്തിവെക്കലാണ്.

കൂട്ടുകാർ അവരുടെ അഭിപ്രായം പറഞ്ഞു.

കുട്ടന് വാശി കയറി. "നിനക്ക് കഴിയില്ലെങ്കിൽ മുയൽക്കുഞ്ഞുങ്ങളായാലും മതി" എന്ന അമ്മയുടെ വാക്കുകൾ അവന്റെ ഉള്ളിൽ തട്ടി.

കഴിയില്ല. വയ്യ. ഈ വാക്കുകൾ അധികം ഉപയോഗിക്കാൻ അവനിഷ്ടമല്ല. കൂട്ടുകാർ പിൻവാങ്ങിയപ്പോൾ ഘടോൽക്കചൻ തീരുമാനിച്ചു; പുറപ്പെടുകതന്നെ. ഒരു മനുഷ്യശരീരം വേണം. ഒരു കുഞ്ഞെങ്കിലും. ജീവൻ നഷ്ടപ്പെട്ടതെങ്കിലും.

അമ്മയുടെ ആവശ്യം.

ഘടോൽക്കചൻ കുന്നിറങ്ങി. താഴ്വരയിലൂടെ നടന്നു.

14

പിതൃസമാഗമം

രണ്ടാംമലയുടെ മുകളിലെത്തിയ കുട്ടൻ ഏറെ നിരാശനായി. മനുഷ്യരെന്നല്ല ഒരു കാട്ടുമൃഗത്തിനേയും കാണാനില്ല. മലയണ്ണാന്മാരും ഓന്തും എലികളും ഓടിപ്പോവുന്നു. പക്ഷികൾ മരങ്ങളിൽനിന്ന് മരങ്ങളിലേക്ക് പറക്കുന്നു.

തിരിച്ചുപോവണോ മുന്നോട്ടുപോവണോ. കുട്ടൻ സംശയിച്ചു നിന്നു. തലയുയർത്തി കണ്ണുവിടർത്തി ചെവി വട്ടംപിടിച്ച്, മൂക്ക് വിടർത്തി അവൻ നാലുപാടും നോക്കി.

എവിടെനിന്നോ മനുഷ്യഗന്ധം. കുട്ടൻ താഴേക്കുനോക്കി. ചെടികൾ ചാഞ്ഞും ചരിഞ്ഞും ഒരു വഴി കാണുന്നു. മനുഷ്യർ നടന്നുനീങ്ങിയതു തന്നെ. അല്ലെങ്കിലിത്ര വ്യക്തമായി തെറ്റാതെ വഴിയടയാളമുണ്ടാവില്ല.

മണംപിടിച്ചുകൊണ്ടവൻ മുന്നോട്ടുനടന്നു. അവ്യക്തമായ വഴിയെ ഉന്നംവച്ചുകൊണ്ടു നടന്നു.

കുറച്ചുദൂരം ചെന്നപ്പോൾ ഏതാനും പേർ നടന്നുപോകുന്നതായി കണ്ടു. മൂന്നു ചെറുപ്പക്കാർ മുന്നിൽ. ഒരു വൃദ്ധയും വൃദ്ധനും അതിനു പിന്നിൽ.

ഘടോൽക്കചൻ അവർക്കൊപ്പമെത്താനായി വേഗം നടന്നു. സാവധാനം നടന്നുപോകുന്ന അവർക്ക് മുന്നിൽ ഒറ്റച്ചാട്ടത്തിനെത്തി.

അഞ്ചുപേരും ഭയന്നു. വൃദ്ധനും വൃദ്ധയും മൂന്നു മക്കളും. വൃദ്ധൻ മുന്നോട്ടുവന്ന് കൈകൂപ്പി നിന്നു.

"നീ... ഘടോൽക്കചനാണോ? ഹിഡുംബിയുടെ മകൻ."

"അതെ. എങ്ങനെ മനസിലായി?"

വൃദ്ധൻ പറഞ്ഞു. "ഞാൻ സുദേവൻ എന്ന ബ്രാഹ്മണനാണ്. ഇതെന്റെ പത്നി. ഞങ്ങളും മക്കളും അകലെയുള്ള യാഗശാലയിലേക്കു

പോകയാണ്. ശരിയായ വഴി അഗസ്ത്യമലയിലൂടെയാണ്. ഹിഡിംബ വനത്തിൽ ഹിഡുംബിയും മകനുമുണ്ടെന്നും അവര് മനുഷ്യരെ പിടിച്ചു തിന്നുന്നവരാണെന്നും കേട്ട് പേടിച്ച് രണ്ടാംമല വഴി പോന്നതാണ്.

"ഇതെന്റെ മക്കൾ പ്രഥമൻ, ദ്വിതീയൻ, സുമനൻ. ഞങ്ങളെ ഉപദ്രവിക്കരുതേ. യാഗത്തിൽ പങ്കെടുക്കാൻ പോകാനനുവദിക്കണം."

ഘടോൽക്കചൻ അവരുടെ വാക്കുകൾ കേൾക്കുമ്പോൾ മനസ്സ് വച്ചില്ല. അമ്മയുടെ വാശിയായിരുന്നു ഉള്ളിൽ, കുട്ടൻ പറഞ്ഞു.

"ഞാൻ ഉപദ്രവിക്കുമെന്നുറപ്പാണല്ലോ. അഞ്ചുപേരെയും എനിക്ക് കൊണ്ടുപോകണം. എന്റെ അമ്മ പട്ടിണിയാണ്."

"അരുതേ, ഞങ്ങളെ ഉപദ്രവിക്കരുതേ." വൃദ്ധനും വൃദ്ധയും വാവിട്ടുകരഞ്ഞു. കുട്ടൻ ശബ്ദമുയർത്തി പറഞ്ഞു.

"നിങ്ങൾ കരഞ്ഞു ബഹളംവച്ചിട്ടൊന്നും കാര്യമില്ല. എനിക്കെന്റെ അമ്മയുടെ ഭക്ഷണമാണ് വലുത്. നിങ്ങൾക്കത്ര പ്രയാസമാണെങ്കിൽ നിങ്ങളുടെ മക്കളിലൊരാളെ വിട്ടുതന്നാൽ മതി. നാലുപേർക്ക് രക്ഷപ്പെടാം."

കുട്ടൻ മാറിനിന്നു. അച്ഛനമ്മമാരും മക്കളും കൂടിയാലോചിച്ചു. പ്രഥമൻ പറഞ്ഞു. "ഞാൻ ഒറ്റയ്ക്ക് പോവുന്നില്ല. നമുക്ക് മൂന്നാൾക്കും പോവാം. വഴിക്ക് രാക്ഷസച്ചെക്കനിൽ നിന്നോടി രക്ഷപ്പെടാം."

അമ്മ ഇടപെട്ടു. "അതൊന്നും നടക്കില്ല. എവിടെപ്പോയാലും അവർ ആട്ടിപ്പിടിക്കും. എന്റെ മക്കള് പോണ്ട. ഞാൻ അവന്റെ കൂടെ പോകാം."

അച്ഛൻ വിലക്കി. "നിങ്ങളാരും പോവേണ്ട. എന്റെ കാലം കഴിഞ്ഞാൽ മക്കൾ നിന്നെ നോക്കിക്കോളും. ഏതായാലും എനിക്ക് ഇനി അധികമൊന്നും ആയുസില്ല. എന്റെ വിയോഗത്തിൽ ആരും ദുഃഖിക്കരുത്."

ബ്രാഹ്മണപത്നി അദ്ദേഹത്തെ കെട്ടിപ്പിടിച്ചു കരഞ്ഞു. എല്ലാം കണ്ട ദ്വിതീയൻ മുന്നോട്ടുവന്നു. ഘടോൽക്കചനോടായി പറഞ്ഞു.

"കറുത്ത മനുഷ്യാ, ഞാൻ ദ്വിതീയനാണ്. എന്നെ കൊണ്ടുപോകൂ. അച്ഛനും അമ്മയും ജ്യേഷ്ഠനും അനുജനും സുഖമായിരിക്കാൻ ഞാൻ നിന്നോടൊപ്പം വരുന്നു."

കുട്ടൻ ദ്വിതീയന്റെ കൈപിടിച്ച് ധൃതിയിൽ നടന്നു. വൃദ്ധബ്രാഹ്മണനും പത്നിയും മക്കളും പിറകെ നടന്നു. "ദ്വിതീയാ... ദ്വിതീയാ..." അവർ കരഞ്ഞുവിളിച്ചുകൊണ്ടിരുന്നു.

ദ്വിതീയാ.. ദ്വിതീയാ... ആ ശബ്ദം കാട്ടിലെങ്ങും ഉയർന്നു. കാട്ടിൽ ഒരു പൊന്തയ്ക്ക് സമീപം അവരെത്തി. പൊടുന്നനെ ഒരു തടിച്ച മനുഷ്യൻ അവരുടെ മുന്നിലേക്ക് വന്നു.

"നിങ്ങളെന്താണ് എന്നെ വിളിച്ചു കരയുന്നത്?"

"ഞങ്ങൾ ഒരു യാഗശാലയിലേക്ക് പോവുകയാണ്. ഞങ്ങളുടെ രണ്ടാമത്തെ പുത്രൻ ദ്വിതീയനെ ഒരു കുട്ടിരാക്ഷസൻ പിടിച്ചുകൊണ്ടുപോയി. അവനെ വിളിച്ചു കരഞ്ഞുനടക്കുകയാണ്."

"അങ്ങ് ആരാണ്?"

"ഞാനും എന്റെ അമ്മയെയും ജ്യേഷ്ഠാനുജൻമാരെയും അന്വേഷിച്ച് നടക്കുകയാണ്. യാഗശാലയിലേക്കാണ് ഞങ്ങളും പോകുന്നത്. വഴിക്ക് ഞാനൽപ്പം മാറിപ്പോയി. അമ്മയും ജ്യേഷ്ഠനും അനുജന്മാരും ഒരരുവിയുടെ അരികിൽ വിശ്രമിക്കയായിരുന്നു. ഞാൻ അരുവി ചാടിക്കടന്ന് മലഞ്ചെരുവിലൂടെ നടന്നു. അവരിപ്പോൾ എന്നെയും അന്വേഷിക്കുന്നുണ്ടാവും."

"നിങ്ങൾ ദ്വിതീയാ എന്ന് വിളിച്ചപ്പോൾ എന്നെയായിരിക്കുമെന്ന് കരുതി. ഞാനും ദ്വിതീയനാണല്ലോ."

"അമ്മ?"

ബ്രാഹ്മണപത്നി ചോദ്യമായി പറയുന്നതോടെ അദ്ദേഹം കൂട്ടിച്ചേർത്തു.

"കുന്തീദേവി."

ബ്രാഹ്മണൻ അദ്ദേഹത്തിന്റെ കാൽക്കൽ നമസ്കരിച്ചു. ഭീമസേനാ. ഞങ്ങളറിഞ്ഞില്ല. ദ്വിതീയപാണ്ഡവനായ അങ്ങ് ഞങ്ങളെ രക്ഷിക്കണം.

"എന്റെ ദ്വിതീയനെ അങ്ങയുടെ സഹോദരനായി കരുതി രക്ഷപ്പെടുത്തണം."

എല്ലാവരുംകൂടി ഭീമന്റെ കാൽ കെട്ടിപ്പിടിച്ചു.

"എഴുന്നേൽക്കിൻ" ഭീമൻ അവരെ ഓരോരുത്തരെയും പിടിച്ചെഴുന്നേൽപ്പിച്ചു. വൃദ്ധദമ്പതികളോടായി പറഞ്ഞു.

"നിങ്ങളുടെ മകനെ ഞാൻ രക്ഷിച്ചിരിക്കുന്നു."

ഭീമൻ കൈവീശി നടന്നു. വലതുകൈയിലെ ഗദയുയർത്തി വായുവിൽ ചുഴറ്റി. എഴുന്ന മാംസപേശികളുള്ള ദൃഢമായ കൈകളിലും വിടർന്ന മാറിടത്തിലും അവർ ആത്മവിശ്വാസത്തോടെ നോക്കി; ഭയത്തോടെ, ഭക്തിയോടെ.

കൊച്ചുകാട്ടാളൻ ദ്വിതീയനെയുംകൊണ്ടു നടന്നുപോയ വഴിയിലൂടെ ഭീമൻ നടന്നു. ബ്രാഹ്മണകുടുംബം അദ്ദേഹത്തെ പിന്തുടർന്നു. വളരെ പെട്ടെന്ന് ഭീമസേനൻ ഒന്നാം മലയടിവാരത്തിലെത്തി. ബ്രാഹ്മണബാലന്റെ കൈപിടിച്ച് ധൃതിയിൽ നടന്നുപോകുന്ന കറുത്ത യുവാവിനെ അദ്ദേഹം കണ്ടു.

തന്നെ പിന്തുടരുന്ന വലിയ മനുഷ്യരൂപംകണ്ട് കാട്ടുകുട്ടൻ നടത്തത്തിന് വേഗം കൂട്ടി. അവന്റെ പിടിയിൽ നടക്കുന്ന ബ്രാഹ്മണബാലൻ കൈ കുതറുന്നില്ല, കരയുന്നില്ല. തന്റെ അച്ഛനമ്മമാരെയും സഹോദരന്മാരെയും രക്ഷിക്കാൻ കഴിഞ്ഞ സന്തോഷത്തിലായിരുന്നു അയാൾ.

രണ്ടു ചാട്ടത്തിന് ഭീമസേനൻ കാട്ടുകുട്ടന്റെ അടുത്തെത്തി. തന്റെ മുന്നിലെ കറുത്തകുട്ടൻ പെട്ടെന്ന് ചീർത്തുയരംവെയ്ക്കുന്നു. ബ്രാഹ്മണയുവാവിന്റെ കൈയിലെ പിടിവിട്ട് ആഗതനുനേരെ തിരിഞ്ഞുനിന്നു.

"ഉം? എന്തുവേണം?" കുട്ടൻ ചോദിച്ചു.

"ഈ ചെറുപ്പക്കാരനെ വിടുക. അവനെ എനിക്ക് വിട്ടുതരിക."

"ഓഹോ ഇത്രേയുള്ളോ കാര്യം. എന്നാൽ കൊണ്ടുപോവാൻ നോക്കിക്കോളൂ."

"നേരായിട്ടും?"

ഘടോൽക്കചൻ ഒരു പുച്ഛച്ചിരിയോടെ പറഞ്ഞു. "അതെ, നേരായിട്ടും, മനസില്ല." കുട്ടന്റെ ശബ്ദം കനമുള്ളതായിരുന്നു. അവൻ തുടർന്നു.

"ഇവൻ എന്റെ അമ്മയ്ക്കുള്ള ആഹാരമാണ്."

ഭീമന്റെ ശബ്ദവും ഉയർന്നു. "ഓഹൊ! നിന്റെ അമ്മയ്ക്ക് മനുഷ്യശരീരമാണോ തീറ്റി. എന്നാലെന്നെ തിന്നാൻ പറയ്. ഈ മനുഷ്യനെ വെറുതെ വിട്."

കുട്ടൻ കൂടുതൽ പറയാൻ നിന്നില്ല. ഇടതുകൈകൊണ്ട് ദ്വിതീയനെ പിടിച്ചു. വലതുകൈയുയർത്തി ഭീമനെ തള്ളി.

"ഉം... മാറ്..."

താൻ തള്ളിയെങ്കിലും മുന്നിലെ മനുഷ്യന് അനക്കമില്ലെന്നവൻ മനസിലാക്കി. മാത്രമല്ല ആ കൈകൾ അവന്റെ തോളിലമർന്നു.

കുട്ടൻ ആ കൈ തട്ടി. കൈ വേദനിച്ചതല്ലാതെ ഒന്നും സംഭവിച്ചില്ല. വലതുകൈ വീശി എതിരാളിയുടെ വാരിക്ക് കൈപരത്തി വെട്ടാൻ ഓങ്ങി. ആ കൈ ഭീമന്റെ പിടിയിലായി. കൈ പിന്നിലേക്ക് പിടിച്ചുതിരിച്ചു. കൈ വേറിട്ടുപോകുംപോലെ തോന്നി.

പിന്നോക്കം തിരിഞ്ഞു കൈ നേരെയാക്കി പിടിവിടുവിക്കാൻ ശ്രമിച്ചു. ഭീമൻ രണ്ടുകൈകളും പിറകോട്ട് പിടിച്ച് മേലോട്ടു വളച്ചു. കൈകൾ രണ്ടും പറിഞ്ഞുപോകുമെന്നുറപ്പായപ്പോൾ കുനിഞ്ഞു മുന്നോട്ടു നീങ്ങി കുതറി പിടിത്തം വിടുവിച്ചു.

ഒരു മൽപ്പിടുത്തത്തിനായി ഘടോൽക്കചൻ പിൻവാങ്ങി. രണ്ടു കൈയും നീട്ടി കഴുത്തുപിടിക്കാനായി ചാടി. ഭീമൻ വലതുകാൽ നീട്ടി.

ചാട്ടത്തിൽ കാൽ ഉടക്കി. അവൻ മൂക്കുകുത്തി വീണു. നിലംതൊടുംമുമ്പ് ഭീമന്റെ ഗദ നീണ്ടു. ഗദയിന്മേൽ കമിഴ്ന്നുവീണ കുട്ടനെ ഗദയോടെ ഒറ്റകൈയിൽ പൊക്കി ഉയർത്തുകയും താഴ്ത്തുകയും ചെയ്തു.

ഒരു മനുഷ്യനോട് താൻ തോറ്റുപോകുന്നു.

ഗദ പിൻവലിച്ചപ്പോൾ കമിഴ്ന്നടിച്ചു വീണ ഘടോൽക്കചൻ വിളിച്ചു.

"ഹെന്റെ അമ്മേ."

അവശനായെഴുന്നേറ്റിരുന്ന കുട്ടൻ തന്റെ മുന്നിലെ വലിയ മനുഷ്യനെ നോക്കി.

"ആരാണത്? എന്താണ്?"

കാട്ടാളന്മാർ ഓടിയെത്തി. തളർന്നിരിക്കുന്ന കുട്ടനെ അമ്മ വന്നു കോരിയെടുത്തു.

"കുട്ടാ" അവർ വിളിച്ചു.

ഭീമസേനൻ അവരെ നോക്കി. അവരദ്ദേഹത്തെയും.

"ഹിഡുംബീ" ഭീമസേനന്റെ ചുണ്ടിൽനിന്നാ പേരുയർന്നുകേട്ടു. ഭീമൻ ഘടോൽക്കചനെ പിടിച്ചെഴുന്നേൽപ്പിച്ചു.

"ഞാൻ ഒന്നു കാണാനായെടുത്ത സൂത്രമായിരുന്നു. അവൻ കുരുത്തക്കേടു വല്ലതും കാണിച്ചോ?"

ഭീമസേനന്റെ ചുണ്ടിൽ കുസൃതിച്ചിരി. കുട്ടന് ഏറെ സന്തോഷമായി. അവൻ അച്ഛനമ്മമാർക്കിടയിൽനിന്നു. അങ്ങനെ അച്ഛനെ കാണാനായി.

തന്നെ പരീക്ഷിച്ച് കീഴ്പ്പെടുത്തിയ അച്ഛൻ എത്രയോ വലിയവൻ.

ഘടോൽക്കചൻ അച്ഛനെ നമസ്കരിച്ചു.

15

കുരുക്ഷേത്രത്തിലേക്ക്

കുട്ടൻ ആ പോക്ക് നോക്കിനിന്നു. അമ്മയേയും തന്നേയും ഒപ്പം കൊണ്ടുപോവണമെന്നാഗ്രഹിച്ചില്ല. ഇത്രകാലം ഉണ്ടാവാത്ത ഒരു കാര്യം പൊടുന്നനെ പ്രതീക്ഷിച്ചുകൂടാ. എങ്കിലും ഒരു നല്ലവാക്ക്, അമ്മയോടെങ്കിലും ഒരു വാക്ക്.

അവരൊക്കെ അങ്ങനെയായിരിക്കും – കുട്ടൻ സമാധാനിച്ചു. ഓടിവരുന്ന ഏകലവ്യമൂപ്പൻ ശുണ്ഠിയോടെ വിളിച്ചു പറയുന്നുണ്ടായിരുന്നു.

"അയാളെ, അങ്ങനെ വിട്ടത് ശരിയായില്ല. എന്റെ ജന്മം തുലച്ചവനാണവൻ. ഇവിടെ കെട്ടിയിട്ട് ആ അർജുനനെ ഇങ്ങോട്ടു വരുത്തണമായിരുന്നു. എനിക്ക് രണ്ട് വാക്ക് ചോദിക്കാനുണ്ടായിരുന്നു."

ഏകലവ്യന്റെ ഇടറിയ ശബ്ദം കാട്ടാളന്മാർ കേട്ടില്ലെന്ന് നടിച്ചു. ഹിഡുംബിയും മകനും ഭീമസേനനോടൊപ്പം പോവാതിരുന്നത് തന്നെ കാടിന്റെ അഭിമാനമായി എന്ന് മൂപ്പന്മാർ കരുതി.

നാട്ടുമനുഷ്യരാജാക്കളാണ്. നല്ലവാക്കു പറഞ്ഞു കൊണ്ടുപോയി അടിമകളാക്കാൻ മടിക്കാത്തവർ. മൂപ്പന്മാർ ആശ്വസിച്ചു. ഇത്രയല്ലേ പറ്റിയുള്ളൂ. തള്ളയും മകനും ഭീമനോടൊപ്പം പോവാനൊരുങ്ങിയിരുന്നെങ്കിൽ എന്ത് സംഭവിക്കുമായിരുന്നു. എല്ലാവരും ഇടപെട്ട് അയാളെ കാട്ടുമര്യാദ പഠിപ്പേക്കണ്ടിവരുമായിരുന്നു.

"കുട്ടാ..."

ഏകലവ്യമൂപ്പൻ അവനെ വിളിച്ചു. കുട്ടൻ അടുത്തു ചെന്നു. മൂപ്പൻ അവനോടും കൂട്ടുകാരോടുമായി പറഞ്ഞു:

"മക്കളേ അവരിനിയും വരും. അച്ഛനാണ്, മുത്തച്ഛനാണ്, മാമനാണ്, അമ്മൂമ്മയാണ് എന്നൊക്കെപ്പറഞ്ഞ്. അവരുടെ കാര്യസാധ്യത്തിന് മാത്രമായിരിക്കുമത്. കാര്യം നേടിക്കഴിഞ്ഞാൽ അവർ വലിയ മനുഷ്യർ. നമ്മൾ

അധഃകൃതർ എന്നും അധഃകൃതർ തന്നെ. നൂറ്റാണ്ടുകൾ പലതുകണ്ട ഞാനാണീ പറയുന്നത്.

നിനക്കെങ്കിലും മനസിലാവണം. നിന്റെ കൂട്ടുകാരും കേൾക്കണം. നിന്റെ അമ്മയ്ക്കിപ്പോൾ മനസിലാവില്ല.

കേട്ടാലറിയാത്തവർ കണ്ടാലറിയും. കണ്ടാലറിയാത്തവർ കൊണ്ടാലറിയും."

കുട്ടൻ ഏകലവ്യമൂപ്പന്റെ ചടച്ച ശരീരവും വിവർണമായ മുഖവും നോക്കി. കണ്ണുകൾ കലങ്ങിയിരിക്കുന്നു. ചുണ്ടുകൾ വിറയ്ക്കുന്നു. ശ്വാസം കിട്ടാൻ വിഷമിക്കുന്നു. എല്ലാം നോക്കിക്കണ്ട ഹിഡുംബിയമ്മ മൂപ്പന്റെയും കുട്ടന്റെയും അടുത്തേക്കോടിവന്നു.

"എന്താ വലിയ മൂപ്പാ അവനെ ഇങ്ങനെ വീർപ്പുമുട്ടിക്കണേ. കുറച്ചുനേരം ഇത്തിരി സന്തോഷത്തിൽ കഴിഞ്ഞോട്ടെ. മൂപ്പനായി അവന് പേടിയുണ്ടാക്കണ്ട."

"പേടിയല്ല. അവന് വീറും വാശിയുമാണുണ്ടാവുന്നത്. അരുതെന്ന് പറയുമ്പോൾ എന്താ ചെയ്താലെന്നാ ചോദ്യം. അവരിനിയും വരും. അവരുടെ ആവശ്യത്തിന് നിന്റെ മകനെ നമ്മളിൽനിന്ന് വേർപെടുത്തും. ചിലപ്പോൾ നമ്മൾ ആദിവാസികൾക്കെതിരെ അവനെ ഉപയോഗിക്കും."

ഘടോൽക്കചന് ശരീരം പെരുത്തുവന്നു. ഏകലവ്യമാമൻ എല്ലാവരെയും അവിശ്വസിക്കുന്നു.

"മാമാ" – കുട്ടൻ വിളിച്ചു. "എന്റെ അമ്മയെ വിട്ട് ഞാനെങ്ങും പോവില്ല. ഏറ്റവും വിശ്വസിക്കാവുന്ന സത്യം അമ്മയാണെന്ന് മാമൻ തന്നെയല്ലേ എനിക്ക് പറഞ്ഞുതന്നത്. അമ്മയിലുള്ള ഉറച്ച വിശ്വാസമാണ് ഒരാളെ അച്ഛനാണെന്ന് വിശ്വസിപ്പിക്കുന്നതെന്ന്."

"അപ്പോൾ നിനക്കെല്ലാം ഓർമയുണ്ട്. ആദ്യം അമ്മയെ അനുസരിക്കാനും അവരെ സംരക്ഷിക്കാനും നോക്ക്."

അവർ അമ്മയും മകനും കൂടാരത്തിലേക്ക് നടന്നു. പടർന്നു പന്തലിച്ച അത്തിമരത്തിനു താഴെ വേരുകളിൽ തലചായ്ച്ച് വൃദ്ധൻ ഇരുന്നാലോചിച്ചു.

അവർ രാജ്യത്തിനുവേണ്ടിയുള്ള തർക്കത്തിലാണ്. പാണ്ഡവരും കൗരവരും. തോറ്റക്കാരനും കാണിമൂപ്പനും തിരിച്ചുവന്നാലറിയാം.

നാട്ടുരാജാക്കളെപ്പറ്റി പാടിപ്പുകഴ്ത്താൻ തോറ്റക്കാരൻ മൂപ്പൻ വിദഗ്ദ്ധനാണ്. അവരുടെ ദോഷങ്ങളും പാടാറുണ്ട്. ഹസ്തിനപുരത്തെ കഥകൾ തോറ്റമൂപ്പൻ പാടുകയും പറയുകയും ചെയ്യും. കാണിമൂപ്പൻ കണ്ട കാര്യങ്ങൾ കാട്ടിലെല്ലാവരോടും പറയും. താൽപ്പര്യമുള്ളവർക്ക് കേൾക്കാം. കേട്ടില്ലെങ്കിലും കാണിമൂപ്പന് വിരോധമില്ല. മൂപ്പർ നാട്ടുവിശേഷങ്ങൾ പറഞ്ഞുകൊണ്ടേയിരിക്കും.

അവിടെ ഭയങ്കര യുദ്ധമാണ് നടക്കുന്നത്. തോറ്റക്കാരൻ ഓടിവന്നു പറഞ്ഞു. മൂപ്പന്മാർ ഒത്തുകൂടി. "അവിടെ യുദ്ധം നടന്നാൽ നമുക്കെന്താ?" കുട്ടിമൂപ്പൻ പറഞ്ഞു. വലിയ വേടൻ ദേഷ്യപ്പെട്ടു.

"ഹെയ് എന്തായീ പറയണ്? നാട് എന്നുവച്ചാൽ കാടും മേടും നാടും വ്യത്യാസമില്ല. രാജാവ് എല്ലാവരുടേയുമാണ്."

അവർ ഒരുമിച്ചാലോചിച്ചു. നമുക്കാരുടെ ഭാഗത്ത് നിൽക്കേണ്ടിവരും? മൂപ്പന്മാർ പരസ്പരം ആലോചിച്ചു.

"കൗരവപക്ഷത്താണ് ആളു കൂടുതൽ" - കാണിമൂപ്പൻ പറഞ്ഞു.

"പാണ്ഡവപക്ഷത്ത് ശ്രീകൃഷ്ണൻ സഹായത്തിനുണ്ട്. പ്രശ്നം മധ്യസ്ഥതയിൽ തീർക്കാൻ അദ്ദേഹം പരമാവധി ശ്രമിച്ചു. പകുതി രാജ്യം ചോദിച്ചു. അഞ്ചുപേർക്കും ഓരോ വീടിനുള്ള സ്ഥലം ചോദിച്ചു. ദുര്യോധനൻ സമ്മതിച്ചില്ല.

ഒടുവിൽ അഞ്ചുപേർക്കുകൂടി താമസിക്കാൻ ഒരു വീടിനുള്ള സ്ഥലമെങ്കിലും ചോദിച്ചു. സുയോധന രാജാവ് ഒരു പൊടിക്ക് സമ്മതിച്ചില്ല."

വലിയ മൂപ്പൻ മീശ തടവി.

"നമുക്ക് ന്യായത്തിന്റെ കൂടെ നിൽക്കാം. നമ്മുടെ സഹായം ആരാണാവശ്യപ്പെടുന്നതെന്നറിയട്ടെ."

അത് ശരിയാണെന്ന് വേടന്മാർക്കു തോന്നി. അവർ ഓരോ ഭാഗത്തേക്കായി പിരിഞ്ഞു.

കുട്ടനും കൂട്ടുകാരും കുന്നിൻചരിവിൽ വിശാലമായ പറമ്പിൽ ആയുധപരിശീലനത്തിലായിരുന്നു. ഭീമസേനന്റെ കൈയിലെ ഗദ അവനെ വല്ലാതെ ആകർഷിച്ചു. ഒരടിയേറ്റാൽ തല തകർന്നതുതന്നെ.

ഒരു മരക്കുറ്റി വെട്ടിയെടുത്ത് അറ്റം മകുടമാക്കി അവർ ഗദയുണ്ടാക്കി. ഒരു കൈകൊണ്ടും ഇരുകൈകൊണ്ടും വീശാൻ പരിശീലിച്ചു. ഗദായുദ്ധമുറകൾ വല്ലതുമുണ്ടോ ആവോ. മുച്ചാൺ വടിവീശലിന്റെ ചുവടുകൾവച്ച് പരിശീലിച്ചു. രാവും പകലും അഭ്യാസം തന്നെ.

അതിരാവിലെ തേനടകൾ പിഴിഞ്ഞ് കഴിക്കും. തേൻ ദഹിക്കണമെങ്കിൽ അഭ്യാസമുറകൾ ആവർത്തിക്കണം. രാത്രി പന്തങ്ങൾ കത്തിച്ച് അവർ അടിയും തടയും പരിശീലിച്ചു.

പയറ്റിത്തെളിഞ്ഞ കളരിമൂപ്പൻ അവരെ നോക്കി.

"ഹായ് ഈ ചെക്കന് അങ്കം എന്നുവച്ചാൽ ഒരു ഭ്രാന്താണ് കേട്ടോ."

ഏകലവ്യമൂപ്പൻ എല്ലാം അകന്നുനിന്ന് നോക്കി. ഈ ചെക്കൻ എന്തിനുള്ള പുറപ്പാടാണ് ആവോ. ആരോടെന്നില്ലാതെ പിറുപിറുത്ത് ചുമച്ചുതുപ്പി ദീർഘശ്വാസം വിട്ടു.

പയറ്റു നടക്കുന്ന മൈതാനത്ത് കുട്ടനും കൂട്ടരും പോരിന്റെ ഹരത്തിലാണ്. കുറുവടിയും ഗദയും അമ്പും വില്ലുമല്ല. മല്ലയുദ്ധമാണ് പ്രധാനം. ഇരുട്ടിൽ പന്തങ്ങൾ കത്തിച്ചുവച്ചാണ് കളരി.

മൂപ്പന്മാർ കുട്ടന്മാരുടെ പയറ്റും പന്തങ്ങളിലെ തെളിച്ചവും നോക്കി. കാട്ടാവണക്കിന്റെയും നീരുവെട്ടിയുടെയും കുരുക്കൾ കോർത്തുണ്ടാക്കിയ പന്തങ്ങൾ. ജ്വാലയും പുകയും വനത്തിലേക്കുയരുന്നു. പച്ചിലമരങ്ങൾക്ക് മേലെ നീലമേഘങ്ങൾ കട്ടപിടിച്ചു.

ചീറിയുയർന്നു ചാടുന്ന ഘടോൽക്കചന്റെ ശബ്ദം. ഓതിരം മറിയ്, കടകം തിരിയ്, വട്ടോതിരം ചുറ്റ് – ഹായ് തകിടം മറിഞ്ഞ് ഹയ് ഹയ് ഹയ്....

പയറ്റുകാഴ്ചയിൽ മുഴുകിയിരുന്ന കാട്ടുമനുഷ്യരെ കാണാൻ ഒരു കൂട്ടം മനുഷ്യരെത്തി. മൂപ്പന്മാർ അവരെ ആദരിച്ചു.

അവർ പരിചയപ്പെടുത്തി.

"ഞങ്ങൾ വരുന്നത് കുരുക്ഷേത്രത്തിൽ നിന്നാണ്. പാണ്ഡവ കൗരവ യുദ്ധം നടക്കുകയാണെന്നറിയാമല്ലോ."

"അറിയാം." വലിയ മൂപ്പൻ പറഞ്ഞു.

"അടിയങ്ങൾ ഈ പാവങ്ങൾ എന്ത് ചെയ്യണമാവോ?"

"ഭഗവാൻ കൃഷ്ണൻ പറഞ്ഞതനുസരിച്ച്, യുധിഷ്ഠിരനും ഭീമനും അർജുനനും നിയോഗിച്ചതനുസരിച്ച്..."

ആഗതർ വിവരം പറഞ്ഞു.

മൂപ്പന്മാർ കൂടിയാലോചിച്ചു. അതു വേണോ?

കാര്യം മിടുക്കനാണെങ്കിലും അവന്റെ എടുത്തുചാട്ടം അവസാനിച്ചിട്ടില്ല. വിവരമറിഞ്ഞാൽ ചാടിപ്പുറപ്പെടാതിരിക്കില്ല. ആരുടെ വിലക്കും അനുസരിക്കില്ല.

വലിയ മൂപ്പൻ വന്നവരോട് പറഞ്ഞു. "അവൻ എട്ടുംപൊട്ടും തിരിയാത്തവനാണ്. യുദ്ധമുറകളെപ്പറ്റി ഒന്നുമറിഞ്ഞുകൂടാ..." വിശോകൻ എന്ന സൈന്യാധിപൻ അവസാനമായി പറഞ്ഞു. "ഇനി നിങ്ങളുടെ ഇഷ്ടം. ഭഗവാൻ കൃഷ്ണന്റെ സന്ദേശമാണ്."

ഭഗവാന്റെ സന്ദേശം. മൂപ്പന്മാർ തലകുനിച്ചു. അവൻ വരട്ടെ.

അകലെ നിന്ന് കുഴൽ വിളിയുയർന്നു. കാട്ടുചെടികൾ ചവിട്ടിമെതിച്ച് അവർ ചാടിത്തിമിർത്തു വരുന്നു.

വൃദ്ധന്മാരും യുവാക്കളും വന്നു. കുട്ടൻ ഉച്ചത്തിൽ പറഞ്ഞു. "എല്ലാവരും വരിൻ. ഭഗവാൻ നമ്മളുടെ സഹായം ആവശ്യപ്പെട്ടതാണ്. വരിൻ വരിൻ."

അവർ തേരും കുതിരകളുമായി വന്നു. ഗദയും അസ്ത്രങ്ങളും വില്ലുകളുമായി അവർ പാണ്ഡവ സൈന്യത്തോടൊപ്പം നീങ്ങി. ഘടോൽക്കചൻ അവർക്കെല്ലാം മുന്നിൽ.

ഏറെ ആവേശത്തിലായിരുന്നു കുട്ടൻ. ആഹ്ലാദവുമുണ്ടായിരുന്നു. കാട്ടുപോത്തുകളോടും മാക്കാന്മാരോടും കരടിയോടും പുലിയോടുമെല്ലാം പയറ്റുകയല്ലാതെ നാട്ടുമനുഷ്യരോടേറ്റുമുട്ടുക – അതിതാ നടക്കുന്നു.

കുട്ടന്റെ ഗർജനം ഉയർന്നു കേൾക്കുന്നു. മറ്റു കാട്ടാള സേനാനികളുടെയും ഗർജനങ്ങൾ.

ഹിഡുംബിയമ്മയും സ്ത്രീകളും ചങ്കിടിപ്പോടെ കാതോർത്തു. ഏകലവ്യമാമൻ അകന്നുനിന്നു. തലയ്ക്കു കൈകൊടുത്തുകൊണ്ട് കുടിലിന്റെ മൂലയ്ക്കിരുന്നു. ശ്വാസഗതി നിലച്ചപോലെ.

16

കാട്ടുകുട്ടൻ ദൈവമാകുന്നു

യുദ്ധക്കളത്തിൽനിന്ന് കൊലവിളികളും അട്ടഹാസങ്ങളും കേൾക്കാറുണ്ട്. മൂപ്പന്മാർ മലകളിൽനിന്ന് ചിലപ്പോൾ ചെവിയോർക്കാറുണ്ട്. നമുക്കെന്തു കാര്യം എന്നവഗണിക്കാറാണ് പതിവ്. ജയിച്ച ഭാഗത്തെക്കുറിച്ച് സ്തുതി പാടുന്നവർ കൊട്ടും പാട്ടുമായി ആഘോഷിക്കുന്നതും കേൾക്കാം.

ആർക്കുവേണ്ടിയും പാടുന്നവർ, കുനിഞ്ഞിരിക്കുന്ന ഏകലവ്യമൂപ്പൻ തലയുയർത്തിനോക്കി.

"വല്ലോം കേക്കാനുണ്ടോടാ..."

ഒരു മൂപ്പൻ വിളിച്ചുപറഞ്ഞു.

"ഓന്റെ ചീറലന്യാ കേക്കണ്. ഒക്കേറ്റിനേം വെട്ടി നുറുക്കീട്ടുണ്ടാവുംന്നാ തോന്നണ്."

വൃദ്ധന്റെ തല താണു.

മൂപ്പന്മാർ പിറുപിറുത്തു. "ഒന്നും കേൾക്കുന്നില്ലടോ... ചെക്കൻ വല്ല കുറുമ്പും കാണിച്ചോ?"

"ആവോ ഒരലർച്ച കേട്ടു. അത്..."

"മിണ്ടാതിരി. കുട്ടനൊരബദ്ധോം ചെയ്യില്ല..."

"വിളിച്ചത് മനുഷ്യദൈവങ്ങളാ. അതോണ്ടാ പേടി തോന്നണ്. കണ്ടോ ഏകലവ്യക്കാർന്നോര് മിണ്ടാണ്ടെ കുത്തിരിക്കണേ. തീരി പിടിച്ചില്ലല്ലോ മൂപ്പർക്ക്."

"ഒരു ഭാഗത്ത്ന്ന് കൊട്ടും പാട്ടും കേൾക്കുന്നു. വളരെ അകലേന്ന് ആരോ ജയിച്ചിരിക്കുന്നു."

വൃദ്ധമൂപ്പന്മാരും സ്ത്രീകളും ഒത്തുകൂടി.

"അജ്ജോ... ഇന്റേ...."

"പൊന്നു കുട്ടൻമാറേ..."

കൂട്ടക്കരച്ചിൽ പുലവിളിയുടേതാണ്. കേട്ടവർ കേട്ടവർ കൂടെ ഈണത്തിൽ കരയണം. കൂടിയിരുന്ന് മാറത്തലച്ച് പാട്ടുപോലെ കരയണം. ദൈവവിളി കാട്ടിലെങ്ങും മുഴങ്ങി.

"അജ്ജേജ്ജാ.... ഇന്റേ
പൊന്നുകുട്ടൻ....ന്റയ്യോ.
വാഴ്ക വായ്കാ വാഴ്ക തൈവേ
വാഴുക മലവാഴീയേ വാഴ്ക മല്ലീച്ചരനേ
പൊന്നുകുട്ടൻ ദൈവമായേ...

പാട്ടുമൂപ്പൻ ഗദ്ഗദത്തോടെ കൂടെ പാടി. വൃദ്ധന്മാർ കരച്ചിലടക്കാൻ പാടുപെട്ടു. ഉള്ളിൽ അമർന്നുകത്തുന്ന തീയാണ്.

ഏകലവ്യൻ തലയുയർത്തി പാട്ടുമൂപ്പനെ വിളിച്ചു. "എന്താടാ ഉണ്ടായേ്യ..."

"കുട്ടിക്കുറുമ്പെ ആരാടാ ചതിച്ചേ...?"

പടനിലത്തിൽ അകലെനിന്നിരുന്ന പാട്ടുമൂപ്പൻ എല്ലാം കണ്ടിരുന്നു. ഏകലവ്യമൂപ്പനോട് സത്യം പറയാതിരിക്കുന്നതെങ്ങനെ.

യുദ്ധം കൊടുമ്പിരിക്കൊള്ളുന്ന സമയം കർണനെ വധിക്കാൻ പാണ്ഡവർ ശ്രമിച്ചു. നേരിട്ടു യുദ്ധം ചെയ്യാൻ അർജുനനോ ഭീമനോ തയാറാവണം.

വൈജയന്തി എന്ന വേൽ കർണന്റെ കൈയിലുണ്ട്. അത് ഉള്ളേട ത്തോളം കാലം ആർക്കുമയാളെ കൊല്ലാനാവില്ല. ആ വേൽ ആർക്കെ തിരെ ഉപയോഗിച്ചാലും തടുക്കാനാവില്ല. എതിരാളി മരിച്ചിരിക്കും.

"കർണനോട് യുദ്ധംചെയ്യാൻ നമ്മുടെ കുട്ടനെ അയച്ചതാരാ?" ഏകലവ്യൻ ശബ്ദമുയർത്തി ചോദിച്ചു.

"ഭഗവാൻ ശ്രീകൃഷ്ണൻ." പാട്ടുമൂപ്പൻ പറഞ്ഞു.

"ചതി. ഞാനപ്പഴേ പറഞ്ഞില്ലേടാ അവര് ചതിക്കുംന്ന്. ആ വേല് നഷ്ടപ്പെട്ടതോടെ കർണനെ ആർക്കും ഇനി വധിക്കാം. വൈജയന്തി പോയതോടെ അർജുനൻ രക്ഷപ്പെട്ടു.

"–അല്ലേടാ–മരക്കഴുതകളേ" ഏകലവ്യൻ എഴുന്നേറ്റു. അധഃകൃത രുടെ ദൈവവിളിക്കു മുന്നിലെത്തി. ഉച്ചത്തിൽ തൊണ്ട പൊട്ടുമാറു പറഞ്ഞു.

"കൂട്ടരേ, നമ്മുടെ കുട്ടനെ ദൈവം വിളിച്ചതല്ല. വിളിപ്പിച്ചതാ. വലി യോരടെ ജയം ഉറപ്പിക്കാൻ അധഃകൃതനെന്നും മരിക്കണം. അല്ലെങ്കിൽ നശിക്കണം. അതവരുടെ നിയമം. നമ്മടെ കുട്ടികളിനിയും അടിയാളരാ യി ഉടയോന്മാർക്കായി വിളികേൾക്കണോ...

അവരടെ ദൈവങ്ങൾക്ക് വിളികേൾക്കണോ.

അവരടെ ദൈവങ്ങൾക്ക് വിളിക്കണോ. തോറ്റം പാടി കരയണോ."

ദൈവവിളി വിലാപത്തിൽനിന്നും കുറെ കുട്ടികൾ എഴുന്നേറ്റു. അവർ വിളിച്ചു. മാമാ... അമ്മാ...

ഏകലവ്യമൂപ്പൻ വിറച്ചുവിറച്ചെഴുന്നേൽക്കുന്നു. കരയാൻ കഴി യാതെ വീർപ്പുമുട്ടുന്ന ഹിഡുംബിയമ്മയെ കെട്ടിപ്പിടിക്കുന്നു. പന്തങ്ങൾ കെട്ട് ഇരുട്ടുപരന്നു.

പുലരാൻ ഏറെ സമയമില്ല. തേവനും മാതേവനും നിരവധി കാട്ടു കുട്ടികളോടൊപ്പം ഹിഡുംബിയമ്മയെയും ഏകലവ്യമൂപ്പനെയും വള ഞ്ഞു.

"നമ്മടെ കുട്ടൻ വരും അമ്മേ." അവർ പറഞ്ഞു. ഏകലവ്യമൂപ്പൻ വീര്യത്തോടെ പറഞ്ഞു: "മക്കളേ, അവൻ തിരിച്ചുവരും. നിങ്ങളെല്ലാം മുഷ്ടിചുരുട്ടി വിളിക്കുക."

"ഈ കാട്ടുരാജ്യവും നാട്ടുരാജ്യത്തിൽ ജയിച്ചുവരുന്ന പാണ്ഡവരും കേൾക്കട്ടെ. ഘടോൽക്കചൻ വരും. അധഃകൃതന്റെ നായകനായി, കാടി ന്റെയും നായകനായി..."

വൃദ്ധൻ ചുമച്ചു. ഹിഡുംബിയമ്മ അദ്ദേഹത്തെ താങ്ങി.

യുദ്ധഭൂമിയിൽ വട്ടമിട്ടുപറന്ന കഴുകന്മാർ വനത്തിലേക്കു വരുന്നു.

കുട്ടികൾ അവയെ നോക്കി. മൂപ്പന്മാരും കൂടിനിന്നവരും ഭയത്തോടെ അവയെ നോക്കി. കഴുകന്മാർക്ക് പിന്നിൽ പറന്നുവന്ന കാക്കകൾ,

അവയെ കൂട്ടമായി കൊത്തിയകറ്റി.

കാട്ടുകുട്ടന്മാർ കൈയിലെ വില്ലുകളെടുത്ത് അസ്ത്രമയച്ചു. ചിലർ ഉരുളൻകല്ലുകളെടുത്ത് കഴുകനെ എറിഞ്ഞു. അവർ വിളിച്ചു പറഞ്ഞു.

"പോ പോ കഴുകന്മാരേ, ഞങ്ങളാരും മരിച്ചിട്ടില്ല. ഞങ്ങളിൽ മരിച്ച വർ തിരിച്ചുവരും..."

"അങ്ങനെ പറയിൻ മക്കളേ... വലിയ മൂപ്പൻ വിളിച്ചുപറഞ്ഞു. അകലെ മലമുടിയിൽനിന്ന് ഒരു കുഴൽവിളി അവരെല്ലാം കേട്ടു. കാട്ടു പോത്തിന്റെ കൊമ്പുകൊണ്ടുള്ള കുറുങ്കുഴലിന്റെ കാഹളം...

അത് സത്യമാകട്ടെ എന്നവരാഗ്രഹിച്ചു.